ഹിന്ദുത്വവും ദേശീയതയും

hindhuthwavum deseeyathayum

•

venugopalan k a

•

first edition
february 2017

•

typesetting & published
chintha publishers, thiruvananthapuram

•

•

cover
vinod

•

വിതരണം

ദേശാഭിമാനി ബുക്ക് ഹൗസ്

H O തിരുവനന്തപുരം-695 035
phone: 0471-2303026, 6063026
www.chinthapublishers.com
chinthapublishers@gmail.com

ബ്രാഞ്ചുകൾ

ഹെഡ്ഡാഫീസ് ബ്രാഞ്ച് കുന്നുകുഴി • സ്റ്റാച്യു തിരുവനന്തപുരം • കെ എസ് ആർ ടി സി ബസ് സ്റ്റേഷൻ ആലപ്പുഴ • കെ എസ് ആർ ടി സി ബസ് സ്റ്റേഷൻ എറണാകുളം • മച്ചിങ്ങൽ ലെയ്ൻ തൃശൂർ • ഐ ജി റോഡ് കോഴിക്കോട് • മാവൂർ റോഡ് കോഴിക്കോട് • എൻ ജി ഒ യൂണിയൻ ബിൽഡിങ് കണ്ണൂർ • സെൻട്രൽ ബസ് ടെർമിനൽ കോംപ്ലക്സ് താവക്കര കണ്ണൂർ

CO - 2480 / 4126
ISBN - 978-93-86364-52-4

ഹിന്ദുത്വവും ദേശീയതയും

വേണുഗോപാലൻ കെ എ

ചിന്ത പബ്ലിഷേഴ്സ്
തിരുവനന്തപുരം-695 035
വില : ₹ 95

വേണുഗോപാലൻ കെ എ

ആയിരത്തിതൊള്ളായിരത്തി അൻപത്തി ഏഴിൽ ജനനം.

അച്ഛൻ : അശോകൻ അമ്മ : തങ്കം

നാട്ടിക ശ്രീനാരായണ കോളേജിൽനിന്ന് ബിരുദവും എറണാകുളം ഗവൺമെന്റ് ലോ കോളേജിൽനിന്ന് നിയമബിരുദവും നേടി. ഡി വൈ എഫ് ഐ സംസ്ഥാന കമ്മിറ്റി അംഗമായും സി പി ഐ (എം) നാട്ടിക ഏരിയാ കമ്മിറ്റി അംഗമായും പ്രവർത്തിച്ചു. ഇപ്പോൾ ചിന്ത വാരികയിൽ.

കൃതികൾ: *പാർലമെന്ററി പ്രവർത്തനവും കമ്യൂണിസ്റ്റുകാരും, നക്സലിസത്തിന്റെ മുഖംമൂടി മാറ്റിയാൽ, ഇടതുവലതു വ്യതിയാനങ്ങൾക്കെതിരെ, ജാതിവ്യവസ്ഥയും ജാതി രാഷ്ട്രീയവും, സോഷ്യലിസം ഇന്ത്യൻ പശ്ചാത്തലത്തിൽ, വർഗ്ഗീയത: ചരിത്രവും വർത്തമാനവും, ജനാധിപത്യം ഫാസിസം, നവലിബറൽ ഹിന്ദുത്വം.*

ഭാര്യ : ഓമന
മകൾ : നിലിയ
ഫോൺ: 9446942333

ഉള്ളടക്കം

പ്രസാധകക്കുറിപ്പ്

നമ്മുടെ രാജ്യത്തിന്റെ മതനിരപേക്ഷ രാഷ്ട്രീയത്തിനു നേരെ വർഗ്ഗീയ ശക്തികൾ അക്രമം അഴിച്ചുവിട്ടുകൊണ്ടിരിക്കുകയാണ്. മത രാഷ്ട്രവാദികൾ അവരുടെ താല്പര്യങ്ങൾക്കുവേണ്ടി ബൃഹദ് ഗ്രന്ഥങ്ങളെയും വേദോപനിഷത്തുകളെയും *ഭഗവത്ഗീത*യെയുമെല്ലാം ദുരുപയോഗപ്പെടുത്തിക്കൊണ്ട് യുക്തിരഹിതമായ അവതരണങ്ങളെയും വ്യാഖ്യാനങ്ങളെയും പ്രോത്സാഹിപ്പിക്കുകയും സാമൂഹ്യബോധത്തെ പിന്നോട്ടടിപ്പിക്കുവാൻ ശ്രമിക്കുകയും ചെയ്തുകൊണ്ടിരിക്കുകയാണ്.

അത്തരമൊരു സാഹചര്യത്തിലാണ് വേണുഗോപാലൻ കെ എ *ഹിന്ദുത്വവും ദേശീയതയും* എന്ന ഗ്രന്ഥവുമായി മുന്നോട്ടുവന്നിരിക്കുന്നത്.

ഒരേ സമയം കാലികപ്രസക്തവും പഠനമനനങ്ങൾക്കു പ്രോത്സാഹജനകവുമായ ഈ ഗ്രന്ഥം സാഭിമാനം ഞങ്ങൾ അവതരിപ്പിക്കുന്നു. വായിക്കുക.

ചിന്ത പബ്ലിഷേഴ്സ്

അവതാരിക

ഇന്ന് ഇന്ത്യാ രാജ്യത്ത് വളരെ വിപുലമായി ചർച്ചചെയ്യപ്പെടുന്ന വിഷയമാണ് ഹിന്ദുത്വവും ദേശീയതയും. രാജ്യത്തിന്റെ മതനിരപേക്ഷ രാഷ്ട്രീയത്തിന് നേരെ വർഗ്ഗീയശക്തികൾ അക്രമം അഴിച്ചുവിട്ടുകൊണ്ടിരിക്കുകയാണ്. അത്തരമൊരു സന്ദർഭത്തിലാണ് *ഹിന്ദുത്വവും ദേശീയതയും* എന്ന പുസ്തകം പ്രസിദ്ധീകരിക്കപ്പെടുന്നതെന്നത് മതനിരപേക്ഷ വീക്ഷണമുള്ളവർക്കെല്ലാം സന്തോഷകരമാണ്.

വേദങ്ങളിലെ ദാർശനിക സമീപനത്തിന്റെ ഉള്ളടക്കം മുതൽ വർത്തമാനകാല രാഷ്ട്രീയ ചലനങ്ങൾവരെ ചേർത്തുവെച്ചുകൊണ്ടാണ് പ്രസ്തുത പുസ്തകം തയ്യാറാക്കപ്പെട്ടിട്ടുള്ളത്. ഇന്ത്യയിൽ പല ബൃഹദ്ഗ്രന്ഥങ്ങളും മതരാഷ്ട്രവാദികൾ അവരുടെ താല്പര്യാർത്ഥം ഉപയോഗപ്പെടുത്തുന്ന സ്ഥിതിവിശേഷമുണ്ട്. വേദോപനിഷത്തുകളെയും ഭഗവത്ഗീതയേയുമെല്ലാം ഇത്തരത്തിൽ നികൃഷ്ടമായി അവർ ഉപയോഗപ്പെടുത്തുന്നുണ്ട്. യുക്തിരഹിതമായ അവതരണങ്ങളേയും വ്യാഖ്യാനങ്ങളേയും പ്രോത്സാഹിപ്പിക്കുകയും അതുവഴി സാമൂഹ്യബോധത്തെ പിന്നോട്ടുവലിക്കുകയുമാണ് അവർ ചെയ്തുകൊണ്ടിരിക്കുന്നത്.

ഇന്ത്യയിലെ നിരവധി ചരിത്രകാരന്മാർ മാർക്സിയൻ ചരിത്രപഠന സങ്കേതം ഉപയോഗിച്ച് മേൽ സൂചിപ്പിച്ച ഗ്രന്ഥങ്ങൾ എഴുതപ്പെട്ട കാലഘട്ടങ്ങളെക്കുറിച്ചും അവയ്ക്ക് ആധാരമായ സാമൂഹ്യവ്യവസ്ഥയെക്കുറിച്ചും പഠനം നടത്തുകയുണ്ടായി. ദാമോദർ ധർമ്മാനന്ദ് കൊസാംബിയുടെ *മിത്തും യാഥാർത്ഥ്യവും* എന്ന പുസ്തകം ഇത്തരത്തിലുള്ള പ്രമുഖമായ സംഭവാനകളിലൊന്നാണ്. അത്തരം സൃഷ്ടികളുടെ ഉള്ളടക്കത്തോട് ചേർത്തുവെച്ചു കൊണ്ടുതന്നെയാണ് വേണുഗോപാലന്റെ *ഹിന്ദുത്വവും ദേശീയതയും* എന്ന പുസ്തകം രചിക്കപ്പെട്ടിട്ടുള്ളത്.

വർണ്ണാശ്രമ ധർമ്മം അടിച്ചേല്പിക്കപ്പെട്ട ഒരു ജനത അനുഭവിക്കേണ്ടിവന്ന ദുരിതങ്ങളെ ന്യായീകരിക്കാൻ പുരാണേതിഹാസങ്ങളെ ഉപയോഗപ്പെടുത്തിയതിന്റെ കൂടി ചരിത്രമാണ് ഇന്ത്യയുടെ ഭൂതകാലം. ഓരോ കാലഘട്ടത്തിലും മേധാവിത്വം വഹിക്കുന്ന വർഗ്ഗം അവരുടെ താല്പര്യങ്ങൾക്കനുസരിച്ച് ജനതയെ സ്വാധീനിക്കുന്ന ഗ്രന്ഥങ്ങളേയും ആശയങ്ങളേയും വ്യാഖ്യാനിക്കാറുണ്ട്. ഉല്പാദനോപാധികളുടെ നിയന്ത്രണം കൈവശം വയ്ക്കുന്ന വർഗ്ഗത്തിന്റെ താല്പര്യം സംരക്ഷിക്കുന്ന സൃഷ്ടികൾക്കായിരിക്കും പൊതുസമൂഹത്തിൽ പ്രാമാണ്യം കൈവരിക്കാൻ കഴിയുക.

ഇന്ത്യയിലെ ഹിന്ദുരാഷ്ട്രവാദികൾ അവരുടെ ഏറ്റവും വലിയ പ്രാമാണിക നിയമസംഹിതയായി ഉയർത്തിക്കാണിക്കുന്നത് *മനുസ്മൃതി*യെയാണ്. ജാതിയെ അടിസ്ഥാനപ്പെടുത്തിക്കൊണ്ട് തൊഴിൽ വിഭജിക്കുകയും വ്യത്യസ്ത ജാതിയിൽപ്പെട്ടവർക്ക് കുറ്റകൃത്യങ്ങൾക്ക് വേറിട്ട ശിക്ഷയും മനു വിധിക്കുന്നു. സമൂഹത്തിലെ താഴേത്തട്ടിലുള്ളവർ അഥവാ ജാതിശ്രേണിക്ക് പുറത്തുള്ളവർ മേൽജാതിക്കാരുടെ അടിമകളായി ജീവിക്കണമെന്നതാണ് മനുവചനം. അതിന് പാകത്തിൽ ജാതിശ്രേണി രൂപപ്പെട്ടതിനെക്കുറിച്ച് കഥകളും രചിച്ചിരിക്കുന്നു. *മനുസ്മൃതി*യിലെ വാക്യങ്ങൾ പ്രകാരം; "ഭൂമ്യാദി ലോകങ്ങളുടെ അഭിവൃദ്ധിക്കായിട്ട് ബ്രഹ്മാവ് തന്റെ മുഖത്തുനിന്ന് ബ്രാഹ്മണനേയും ബാഹുവിൽനിന്ന് ക്ഷത്രിയനേയും ഊരുവിൽനിന്ന് വൈശ്യനേയും പാദത്തിൽനിന്ന് ശൂദ്രനേയും സൃഷ്ടിച്ചു." അധീശ വിഭാഗം മനുസൂക്തങ്ങളെ ഉയർത്തിപ്പിടിക്കാൻ കാരണമായത് അവരുടെ സാമ്പത്തികവും സാമൂഹ്യവുമായ താല്പര്യങ്ങൾക്ക് *മനുസ്മൃതി*യിൽ പങ്കുവെക്കപ്പെടുന്ന കാഴ്ചപ്പാടുകൾ സഹായകരമാണ് എന്നതുകൊണ്ടാണ്.

മനുവാദികളുടെ പ്രത്യയശാസ്ത്രത്തിൽനിന്ന് വിഭിന്നവും വിരുദ്ധവുമായ നിരവധി ചിന്താധാരകളെ ഇന്ത്യാ ചരിത്രത്തിൽ നമുക്ക് കാണാൻ കഴിയും. ചാർവാകനും കണാദനും ബൃഹസ്പതിയും ഉൾപ്പെടെയുള്ള പേരുകൾ ഇതിൽ പ്രസക്തമാണ്. അവരുടെയൊക്കെ സൃഷ്ടികൾ പലപ്പോഴും നശിപ്പിക്കപ്പെട്ടിട്ടുള്ളതായാണ് ചരിത്രവസ്തുതകൾ സൂചിപ്പിക്കുന്നത്. അതുകൊണ്ടുതന്നെ അവരുടെയെല്ലാം ദർശനത്തെക്കുറിച്ചും സംഭാവനകളെക്കുറിച്ചും ആഴത്തിലുള്ള പഠനങ്ങൾ ഇനിയും ആവശ്യമാണ്.

കാർഷിക പ്രധാനമായ ഒരു സമ്പദ്‌വ്യവസ്ഥ നിലനിന്നകാലത്തെ രാഷ്ട്രസങ്കല്പം ആധുനിക ലോകത്തിന്റെ കാഴ്ചപ്പാടുകളിൽനിന്ന് വിഭിന്നമായിരിക്കും. വ്യാവസായിക വിപ്ലവാനന്തരമാണ് ഒരു പരിധിവരെയെങ്കിലും നമ്മൾ ഇന്നുകാണുന്ന രീതിയിലുള്ള രാഷ്ട്രസങ്കല്പങ്ങൾ ഉയർന്നുവന്നത്. രാഷ്ട്രം, ദേശീയത എന്നിവയെക്കുറിച്ച് പല നിർവ്വചനങ്ങളും കാണാൻ കഴിയും. ഇതിൽ ഒരു വിഭാഗം മതമാണ് രാഷ്ട്രത്തിന്റെ ദേശീയതയെ നിർണ്ണയിക്കുന്നതെന്ന് വാദിക്കുന്നവരാണ്. സ്വാതന്ത്ര

ഇന്ത്യയെ മതാടിസ്ഥാനത്തിൽ വെട്ടിമുറിക്കാൻ കാരണമായതിൽ പ്രധാനം ഇത്തരത്തിലുള്ള കാഴ്ചപ്പാടുകളാണ്. ദേശീയത എന്നത് ഏക ശിലാ രൂപത്തിലുള്ളതല്ലെന്നും ഒരു ദേശത്ത് തന്നെ വ്യത്യസ്ത ദേശീയതകൾ ഉണ്ടാകാമെന്നും നമുക്ക് മനസ്സിലാക്കാൻ കഴിയും.

ദേശീയതയെന്നതിന് ജനവിരുദ്ധതയുടെ രാഷ്ട്രീയം നല്കുകയാണ് ഇന്ത്യയിൽ ഹിന്ദു രാഷ്ട്രവാദികൾ ചെയ്തുകൊണ്ടിരിക്കുന്നത്. മതന്യൂന പക്ഷങ്ങളേയും പിന്നോക്ക ജനവിഭാഗങ്ങളേയും അവർ സമൂഹത്തിന്റെ മുഖ്യധാരയിൽനിന്ന് അകറ്റിനിർത്താൻ ശ്രമിക്കുന്നു. മതനിരപേക്ഷ രാഷ്ട്രീയം ഉയർത്തിപ്പിടിക്കുന്നവരെ വ്യാപകമായി വേട്ടയാടുന്നു. കമ്യൂണിസ്റ്റുകാരെ നിഷ്കാസനം ചെയ്യുകയെന്നത് ഏറ്റവും പ്രധാന അജണ്ടയായി അവർ മാറ്റിയിരിക്കുന്നു. ദേശീയപ്രസ്ഥാനത്തിലെ കമ്യൂണിസ്റ്റുകാരുടേയും ഇടതുപക്ഷത്തിന്റേയും പങ്ക് ഇകഴ്ത്തിക്കാണിക്കുവാൻ വ്യാപകമായ പ്രചാരവേല അവർ അഴിച്ചുവിട്ടിരിക്കുകയാണ്. കോൺഗ്രസ് ആകട്ടെ വർഗ്ഗീയശക്തികളോട് സന്ധിചെയ്തും അവരെ പ്രീണിപ്പിച്ചുമാണ് മുന്നോട്ടുപോകുന്നത്. വർഗ്ഗീയവാദത്തേയും അതിന്റെ ആശയപരിസരത്തേയും ഇല്ലാതാക്കണമെങ്കിൽ അത് ഉത്ഭവിച്ചതും വികസിച്ചതുമായ സാമൂഹ്യ സാഹചര്യത്തെ കൃത്യമായി മനസ്സിലാക്കേണ്ടതുണ്ട്. അതിന് വളരെയേറെ സഹായകമാകുന്ന കൃതിയായാണ് *ഹിന്ദുത്വവും ദേശീയതയും* എന്ന പുസ്തകത്തെ ഞാൻ കാണുന്നത്.

ഇന്ത്യയുടെ സ്വാതന്ത്ര്യസമരപ്രസ്ഥാനത്തിൽ ഭാഗഭാക്കാകാതിരുന്ന ആർ എസ് എസിന്റെ രാഷ്ട്രീയ സമീപനവും അത് സാമ്രാജ്യത്വ താല്പര്യത്തിന് എത്രമേൽ വിധേയപ്പെട്ടിരിക്കുന്നുവെന്നുമുള്ള പഠനവും പരിശോധനയും ഇന്നത്തെക്കാലത്ത് വളരെയേറെ പ്രധാനപ്പെട്ടതാണ്. നവ ഉദാരവല്ക്കരണ നയത്തിന്റെ നടത്തിപ്പുകാരായ ഇന്നത്തെ കേന്ദ്ര ഗവൺമെന്റും അവരെ നിയന്ത്രിക്കുന്ന ആർ എസ് എസും ജനവിരുദ്ധ രാഷ്ട്രീയത്തിന്റെ ബൗദ്ധിക കേന്ദ്രങ്ങളെ വ്യാപിപ്പിക്കുകയാണ്. അതിന് സാമ്രാജ്യത്വ രാഷ്ട്രീയ പദ്ധതിയുമായി വളരെയേറെ ബന്ധമുണ്ട്. മുതലാളിത്തത്തിന്റെ ചൂഷണം കൂടുതൽ വ്യാപകമാകുമ്പോൾ അതിനെതിരെ നിരന്തരം ശബ്ദിച്ചുകൊണ്ടിരിക്കുന്ന സി പി ഐ (എം) ന്റെ നിലപാടുകൾ വർത്തമാനത്തിൽ ഏറെ പ്രസക്തമാകുകയാണ്. അത്തരമൊരു സന്ദർഭത്തിലാണ് വേണുഗോപാലൻ കെ എ യുടെ *ഹിന്ദുത്വവും ദേശീയതയും* എന്ന പുസ്തകം വായനക്കാരുടെ കൈകളിലെത്തുന്നത്.

കോടിയേരി ബാലകൃഷ്ണൻ

എ കെ ജി സെന്റർ
തിരുവനന്തപുരം.

ആമുഖം

ജവഹർലാൽ നെഹ്റു സർവ്വകലാശാലയിലെ വിദ്യാർത്ഥി പ്രക്ഷോഭവുമായി ബന്ധപ്പെട്ടാണ് ദേശീയത ഇന്ത്യയിൽ വീണ്ടും ഒരു ചർച്ചാവിഷയമായത്. ഇന്ത്യ ഹിന്ദുദേശീയ രാഷ്ട്രമാണെന്നും വേദകാലഘട്ടം മുതൽ അതിന് വേരുകളുണ്ടെന്നുമുള്ള പ്രചാരണമാണ് സംഘപരിവാർ നടത്തിയത്. വേദങ്ങളും പുരാണങ്ങളും ഇതിഹാസങ്ങളുമൊക്കെ ചരിത്രകൃതികളാണ് എന്ന രീതിയിലാണ് അവർ വാദമുഖങ്ങൾ ഉയർത്തിയത്. അത് തെറ്റായ വാദഗതിയാണ്. എന്നാൽ ആ വാദഗതിയെ ഖണ്ഡിക്കാതെതന്നെ അവരുടെ വാദമുഖങ്ങൾ തെറ്റാണെന്ന് തെളിയിക്കാനുള്ള ഒരെളിയ ശ്രമമാണ് *ഹിന്ദുത്വവും ദേശീയതയും* എന്ന പുസ്തകത്തിൽ നടത്തിയിരിക്കുന്നത്.

അഭിവാദനങ്ങളോടെ

വേണുഗോപാലൻ കെ എ

ഋഗ്വേദത്തിലെ വിരാട്പുരുഷ സങ്കല്പം

"സംഗച്ഛധ്വം സംവദധ്വം
സംവോ മനാംസി ജാനതാം
ദേവാ ഭാഗം യഥാ പൂർവ്വേ
സംജാനാനോ ഉപാസതേ" (ഋഗ്വേദം)

ഒന്നിച്ചു സഞ്ചരിക്കുക, ഒന്നിച്ചിരിക്കുക; നിങ്ങളുടെ ഹൃദയങ്ങളെല്ലാം ഒന്നായിരിക്കട്ടെ! ഗ്രാമത്തിന്റെ ഐക്യം പരിഗണിച്ചുകൊണ്ട് നിങ്ങളുടെ കൂട്ടായ സ്വത്തുക്കൾ, പണ്ടുദൈവങ്ങൾ ചെയ്തിരുന്നതുപോലെ, തുല്യമായി പങ്കിട്ടെടുത്തനുഭവിക്കുക.

സമത്വാധിഷ്ഠിതമായ ഒരു വ്യവസ്ഥയുടെ വിളംബരമാണോ എന്ന് സംശയിപ്പിക്കുന്നതാണ് *ഋഗ്വേദ*ത്തിലെ ഈ ശ്ലോകം. സംഘം ചേർന്ന് അദ്ധ്വാനിക്കുകയും പൊതു സ്വത്തുക്കളുടെ അടിസ്ഥാനത്തിൽ ഐക്യത്തോടുകൂടി ജീവിക്കുകയും ചെയ്തുവന്നിരുന്ന ഒരു ജനതതിയുടെ സാമൂഹിക വ്യവസ്ഥയാണ് ഈ ശ്ലോകത്തിൽ അനാവരണം ചെയ്യപ്പെട്ടിരിക്കുന്നത്.

എന്നാൽ ഇതായിരുന്നോ ഋഗ്വേദകാലഘട്ടത്തിലെ സാമൂഹികവ്യവസ്ഥയുടെ പൊതുസ്ഥിതി? "ഞങ്ങൾ നാലുഭാഗത്തും ദാസന്മാരുടെ ഗോത്രങ്ങളാൽ ചുറ്റപ്പെട്ടിരിക്കുന്നു. അവർ യാഗം ചെയ്യുന്നില്ല; അവർ യാതൊന്നിലും വിശ്വസിക്കുന്നില്ല; അവരുടെ ആചാരങ്ങൾ വ്യത്യസ്തങ്ങളാണ്; അവർ മനുഷ്യരല്ല; അല്ലയോ ശത്രുക്കളുടെ നാശകർത്താവേ, അവരെ കൊല്ലുക! വംശത്തെ നശിപ്പിക്കുക" (*ഋഗ്വേദം* 1-22-8) എന്ന് ഇന്ദ്രനോട് പ്രാർത്ഥിക്കുന്ന ശ്ലോകവും ഋഗ്വേദത്തിൽ തന്നെയുണ്ട്. യാഗം ചെയ്യാത്തവരും യാതൊന്നിലും വിശ്വസിക്കാത്തവരും വ്യത്യസ്തങ്ങളായ ആചാരങ്ങൾ വച്ചുപുലർത്തുന്നവരുമായവരെ വംശത്തോടെതന്നെ നശി

പ്പിക്കാൻ ആവശ്യപ്പെടുന്നവർ കൂടെ ഋഗ്വേദകാലഘട്ടത്തിൽ ഉണ്ടായിരുന്നു. "ഇന്ദ്ര! രക്ഷിതാവായ ഭവാനെ ഞങ്ങൾ വിളിക്കുന്നു: ഇന്ദ്ര! കർമ്മവും അന്നവും തരുന്നവനാണല്ലോ ഭവാൻ. ഇന്ദ്ര! വിവിധ രക്ഷകൾകൊണ്ട് ഞങ്ങളെ വലിയ ധനികന്മാരാക്കിയാലും." വലിയ ധനികന്മാരാക്കി മാറ്റാൻ വേണ്ടി ദൈവത്തോടു പ്രാർത്ഥിക്കുന്ന, ഭൗതികസുഖങ്ങളാഗ്രഹിക്കുന്ന, ജനതയും ഋഗ്വേദകാലഘട്ടത്തിലുണ്ടായിരുന്നു. അതായത് പരിമിതമായ തോതിലാണെങ്കിലും വർഗ്ഗപരമായ വിഭജനം, സമ്പന്നരും അല്ലാത്തവരും എന്ന വിഭജനം, ഋഗ്വേദകാലഘട്ടത്തിൽ തന്നെ തുടങ്ങിയിരുന്നുവെന്നാണിത് വ്യക്തമാക്കുന്നത്.

യാഗം ചെയ്യുന്നവരും അല്ലാത്തവരും തമ്മിലുള്ള പോരാട്ടത്തിൽ ദാസന്മാരുടെ വംശത്തെ നശിപ്പിക്കുന്നതിന് സഹായം അഭ്യർത്ഥിക്കുന്നത് ദൈവത്തോടാണ്. ഇവിടെ ദാസന്മാരായി, മനുഷ്യർ പോലുമല്ലാത്തവരായി, വിശേഷിപ്പിക്കുന്നത് സൈന്ധവജനതയെയാണ്. അപരിഷ്കൃതരായ, ഇടയജീവിതം നയിച്ചുവന്നിരുന്ന, ആര്യന്മാർ തങ്ങളേക്കാൾ പരിഷ്കൃതരായ ദസ്യുക്കളെ തോല്പിച്ചു കീഴടക്കിയത് എങ്ങനെയെന്ന് ഡിഡി കോസംബി *ഭഗവാൻ ബുദ്ധൻ* എന്ന പുസ്തകത്തിൽ വ്യക്തമാക്കുന്നുണ്ട്.

> ഒരേതരം ആചാരങ്ങളോടുകൂടിയ ഒരു ജനസമുദായം ആദിമകാലങ്ങളിൽ സുഖസമ്പൽസമൃദ്ധികളോടുകൂടി ജീവിതം നയിക്കുന്നു. കാലക്രമത്തിൽ അവരിൽ ചെറിയ ഒരു വർഗ്ഗത്തിന് അധികാരം മുഴുവൻ സിദ്ധിക്കുന്നു. അവർ സുഖസമൃദ്ധിയോടുകൂടി കഴിയുമ്പോൾ അധികാരലാഭത്തിനുവേണ്ടി പരസ്പരം മത്സരിക്കുന്നു. തന്മൂലം സാധാരണ ജനങ്ങളുടെ മേൽ കൂടുതലായ നികുതിഭാരം ചുമത്താനിടയാവുകയും അതുകൊണ്ട് ജനങ്ങൾക്ക് അധികാരികളോട് വിദ്വേഷം വർദ്ധിക്കാനിടയാവുകയും ചെയ്യുന്നു. അപ്പോൾ അവരേക്കാൾ അപരിഷ്കൃതരായ വിദേശികൾക്ക് ഒരുമിച്ച് ചേരാനുള്ള പഴുത് കിട്ടുന്നു. അവർ ഒത്തുചേർന്ന് ആക്രമിച്ച് രാജ്യം കീഴടക്കുന്നു. 13-ാം നൂറ്റാണ്ടിൽ ചെങ്കീസ്ഖാൻ മുഗളന്മാരെ ഒരുമിച്ച് ചേർത്ത് എത്ര സാമ്രാജ്യങ്ങൾ സ്വാധീനമാക്കി. അപ്രകാരം ആര്യന്മാരും പരസ്പരം കലഹിച്ചിരുന്ന ദാസന്മാരെ അനായാസേന കീഴടക്കിയതിൽ ആശ്ചര്യപ്പെടാൻ യാതൊന്നുമില്ല.

ഇങ്ങനെ കീഴടക്കപ്പെട്ട ദാസന്മാരും, ഒപ്പം തന്നെ വേട്ടയാടലും കാലിവളർത്തലും പോലുള്ള പ്രാഥമിക വൃത്തികളിൽനിന്ന് കാർഷിക സമ്പദ് വ്യവസ്ഥയിലേക്കുള്ള മാറ്റത്താൽ രൂപപ്പെടുത്തപ്പെട്ട വർഗ്ഗവ്യത്യാസങ്ങളുമാണ് ആദ്യം ചാതുർവർണ്യമായും പിന്നീട് ജാതിവ്യവസ്ഥയായും രൂപം പ്രാപിക്കുന്നത്. ഋക്, യജ്ജൂസ്, സാമം, അഥർവ്വം എന്നിങ്ങനെ നാലു വേദങ്ങളിൽ വെച്ച് ഏറ്റവും മഹത്തരവും ആദ്യത്തേതുമെന്ന് പ്രകീർത്തിക്കപ്പെടുന്ന *ഋഗ്വേദ*ത്തിൽ തന്നെ തുടക്കത്തിൽ വിവരിച്ച സമ

ത്വാധിഷ്ഠിത കാഴ്ചപ്പാടും ചാതുർവർണ്യത്തിന്റെ അസമത്വവും ചർച്ച ചെയ്യപ്പെട്ടിട്ടുണ്ട്. വർദ്ധിച്ചുവരുന്ന വർഗ്ഗവൈരുദ്ധ്യങ്ങളെ മൂടിവെക്കാനും വർഗ്ഗങ്ങൾ തമ്മിൽ ഐക്യം രൂപപ്പെടുത്താനും ഏകദൈവവിശ്വാസ ത്തെയും ആത്മീയതയെയും ഉപയോഗപ്പെടുത്തുന്നതിന്റെ മൂലരൂപമാണ് ഋഗ്വേദത്തിലെ വിരാട് പുരുഷസങ്കല്പം. ജാതിവ്യവസ്ഥ സൃഷ്ടിക്കുന്ന ഉച്ചനീചത്വങ്ങളെയും വൈരുദ്ധ്യങ്ങളെയും സമന്വയിപ്പിക്കാനും ജാതി ക്കതീതമായി ഹിന്ദുവെന്ന പേരിൽ ഒന്നിപ്പിക്കാനും ഇന്ന് നടക്കുന്ന ശ്രമ ങ്ങളുടെ പ്രാചീനമായ രൂപമാണ് നമുക്ക് വിരാട് പുരുഷസങ്കല്പത്തിൽ കാണാനാവുക.

*ഋഗ്വേദ*ത്തിൽ വിരാട് പുരുഷസങ്കല്പം അവതരിപ്പിച്ചിരിക്കുന്നത് എങ്ങനെയാണ് എന്ന് നോക്കാം. ഋഗ്വേദത്തിലെ എട്ടാം അഷ്ടകത്തിൽ നാലാം അദ്ധ്യായത്തിൽ 90-ാം സൂക്തമാണ് പുരുഷസൂക്തം എന്ന പേരിൽ അറിയപ്പെടുന്നത്. അതിന്റെ മലയാളതർജ്ജമ താഴെ കൊടു ക്കുന്നു.

‘1. ആയിരം ശിരസ്സും ആയിരം കണ്ണുകളും ആയിരം പാദങ്ങളും ഉള്ള ആ പരമപുരുഷൻ ഭൂമിയുടെ എല്ലാഭാഗത്തും കവിഞ്ഞു നില്ക്കുന്നു. പത്തുവിരലുകൾ ഉയർത്തിനില്ക്കുന്നു.

2. ഭൂതവും ഭാവിയും എല്ലാം ഈ പുരുഷ രൂപംതന്നെയാകുന്നു. ജീവി കളുമായി സംയോജിക്കുന്നതിന് തന്റെ കാരണാവസ്ഥയെ ത്യജി ച്ചിട്ട് ജാഗ്രദ്അവസ്ഥയെ പ്രാപിച്ചതുകാരണം അവൻ ദിവ്യത്വം നിറ ഞ്ഞവനായിരിക്കുന്നു.

3. ഈശ്വരന്റെ മഹിമ ഏത് മഹിമയേക്കാളും മഹത്താണ്. അത് തന്നെയാണ് സമ്പൂർണ്ണമായ ഈ വിശ്വം. ഈ ബ്രഹ്മാണ്ഡം ഇവന്റെ ഒരു പാദം മാത്രമാകുന്നു. ബാക്കി മൂന്നുപാദങ്ങൾ സ്വർഗ്ഗത്തിൽ സ്ഥിതി ചെയ്യുന്നു.

4. ത്രിപാദനായ പുരുഷൻ സ്വർഗ്ഗത്തിൽനിന്നും തന്റെ ഒരു പാദം ഭൂമി യിൽ ഉറപ്പിച്ചുനിന്നു. അനന്തരം ചേതനാചേതനങ്ങളാൽ ജീവിക ളിൽ വിവിധ രൂപങ്ങളായി വ്യാപിച്ചു.

5. ആദിപുരുഷനിൽനിന്നും വിരാട് ജനിക്കുകയും ബ്രഹ്മാണ്ഡരൂപമായ ദേഹത്തിന്റെ ആശ്രയത്തിൽ പ്രാണരൂപമായ പുരുഷൻ പ്രകടരൂപ മാവുകയും ചെയ്തു. ദേഹധാരിയായ അവൻ ദേവകളും മനുഷ്യരും ആയിത്തീർന്നു. അവർ ഭൂമിയെയും പ്രാണനെയും വഹിക്കുവാൻ ദേഹങ്ങളെയും സൃഷ്ടിച്ചു.

6. ദേവന്മാർ പുരുഷനെ തന്നെ ഹവിസ്സാക്കി യജ്ഞമനുഷ്ഠിച്ചു. അതിനു വസന്തം നെയ്യും, ഗ്രീഷ്മം ചമതയും, ശരത്ത് ഹവിസ്സു മായിത്തീർന്നു.

7. ഏറ്റവുമാദ്യമായി യാതൊന്നു ജനിച്ചുവോ, അതിനുതന്നെ മാനസ യജ്ഞത്തിൽ ഹവിസ്സ് നല്കപ്പെട്ടു. പിന്നീട് ആ പുരുഷന്റെ പ്രേര ണയാൽത്തന്നെ ദേവന്മാരും ഋഷിമാരും യജ്ഞമനുഷ്ഠിക്കാൻ തീരു

മാനിച്ചു.

8. ഏതൊരു യജ്ഞത്തിൽ സർവ്വാത്മരൂപനായ പുരുഷന് ഹവിസ്സ് നല്കപ്പെടുന്നുവോ, ആ മാനസയജ്ഞത്തിൽനിന്നും തൈരും നെയ്യും ഉത്ഭവിച്ചു. അതിൽനിന്നും വന്യമൃഗങ്ങളും, ഗ്രാമ്യമൃഗങ്ങളും സൃഷ്ടിക്കപ്പെട്ടു.
9. ആ സർവ്വാത്മക പുരുഷന്റെ യജ്ഞത്തിൽനിന്നും ഋഗ്വേദവും സാമവേദവും ഉത്ഭവിച്ചു. അവനിൽനിന്നും യജൂർവേദവും ഗായത്ര്യാദി ഛന്ദസ്സുകളും ഉത്ഭവിച്ചു.
10. അതേയജ്ഞത്തിൽ നിന്നുതന്നെ അശ്വങ്ങളും മറ്റു മൃഗങ്ങളും ഉണ്ടായി. ആട്, പശു മുതലായവയും പ്രകടമായി.
11. വിരാട് പുരുഷൻ എത്ര എത്ര പ്രകാരങ്ങളിൽ ഉത്ഭവിച്ചു? അദ്ദേഹത്തിന്റെ കൈയും കാലും ഊരുക്കളും മുഖാദികളും ആരെല്ലാമായി?
12. അദ്ദേഹത്തിന്റെ മുഖം ബ്രാഹ്മണനും ഭുജം ക്ഷത്രിയനും ജംഘകൾ വൈശ്യനും ചരണങ്ങൾ ശൂദ്രനുമായി.
13. അവന്റെ മനസ്സിൽനിന്നും ചന്ദ്രനും, നേത്രങ്ങളിൽനിന്നും സൂര്യനും, വായുവിൽനിന്നും ഇന്ദ്രാഗ്നിയും പ്രാണനിൽനിന്നും വായുവും ഉത്ഭവിച്ചു.
14. അവന്റെ ശിരസ്സിൽനിന്ന് സ്വർഗ്ഗവും നാഭിയിൽനിന്നും അന്തരീക്ഷവും ചരണങ്ങളിൽനിന്നും ഭൂമിയും ഉത്ഭവിച്ചു. കർണ്ണങ്ങളിൽനിന്നും ലോകങ്ങളും ദിക്കുകളും ഉണ്ടായി.
15. പ്രജാപതിയുടെ പ്രാണരൂപമായ ദേവന്മാർ പുരുഷനെ മാനസികയജ്ഞത്തിന്റെ അനുഷ്ഠാനകാലത്തിൽ വരിച്ചു. ആ സമയം ഏഴു പരിധികളും ഇരുപത്തൊന്ന് സമിധകളും സൃഷ്ടിക്കപ്പെട്ടു.
16. മാനസികയജ്ഞത്തിൽ ദേവന്മാർ ഏതൊരു വിരാട് പുരുഷനെ പൂജിച്ചുവോ, അവനിൽനിന്നും ലോകത്തിലെ ഗുണധർമ്മങ്ങളുടെ ധാരണാകർത്താവായ ധർമ്മം ഉത്ഭവിച്ചു. ദേവന്മാർ അധിവസിക്കുന്ന ആ സ്വർഗ്ഗത്തെത്തന്നെ യാജ്ഞികന്മാരായ മഹാത്മാക്കളും പ്രാപിക്കുന്നു.

മറ്റെല്ലാ ശ്ലോകങ്ങളിൽനിന്നും വ്യത്യസ്തമായി പതിനൊന്നാമത്തെ ശ്ലോകം ചോദ്യരൂപത്തിലാണ് രചിക്കപ്പെട്ടിരിക്കുന്നത് എന്ന് കാണാനാവും. വിരാട് പുരുഷൻ എത്ര എത്ര പ്രകാരങ്ങളിൽ ഉത്ഭവിച്ചു? അദ്ദേഹത്തിന്റെ കൈയും കാലും ഊരുക്കളും മുഖാദികളും ആരെല്ലാമായി? എന്നാണ് വേദകർത്താവ് ചോദിക്കുന്നത്. സമത്വാധിഷ്ഠിതമായിരുന്ന, എല്ലാവരും എല്ലാം പങ്കിട്ടെടുത്തനുഭവിച്ചിരുന്ന, ഋഗ്വേദകാലാനന്തരം വളർന്നുവരുന്ന വർഗ്ഗവൈരുദ്ധ്യങ്ങൾക്ക് മറുപടി പറയാൻ ബാദ്ധ്യതപ്പെട്ട ഭരണവർഗ്ഗപ്രത്യയശാസ്ത്രം ആണ് ഈ ചോദ്യത്തിനുള്ള ഉത്തരമായി പന്ത്രണ്ടാം ശ്ലോകത്തിൽ നല്കപ്പെട്ടിരിക്കുന്നത്. പുരുഷസൂക്തം മൊത്തത്തിൽ തന്നെ ഋഗ്വേദാനന്തരകാലഘട്ടത്തിൽ കൂട്ടിച്ചേർക്കപ്പെട്ടതാണെന്ന് പണ്ഡിതന്മാർ പലരും നിരീക്ഷിച്ചിട്ടുണ്ട്. സാധാരണ വായനക്കാർക്കും

അത് ബോദ്ധ്യപ്പെടും. ഋഗ്വേദരചനയ്ക്കുശേഷം ദശകങ്ങളോ നൂറ്റാണ്ടുകളോ പിന്നിട്ടതിനു ശേഷം വിരചിതമായ സാമവേദത്തെയും യജുർവേദത്തെയും കുറിച്ച് പുരുഷസൂക്തത്തിലെ ഒൻപതാം ശ്ലോകത്തിൽ പറഞ്ഞിരിക്കുന്നതിൽ നിന്നുതന്നെ അത് വ്യക്തമാണ്. "ആ സർവ്വാത്മക പുരുഷന്റെ യജ്ഞത്തിൽ നിന്നും ഋഗ്വേദവും സാമവേദവും ഉത്ഭവിച്ചു. അവരിൽനിന്നും യജുർ വേദവും ഗായത്ര്യാദിഛന്ദസ്സുകളും ഉത്ഭവിച്ചു" എന്ന് പറഞ്ഞിരിക്കുന്നതിൽ നിന്നുതന്നെ ഇക്കാര്യം വ്യക്തമാണ്. ഋഗ്വേദകാലത്തിന് ശേഷം വളർന്നുവന്ന വർഗ്ഗവൈരുദ്ധ്യങ്ങൾക്ക് മതപരവും ആത്മീയവുമായ ന്യായീകരണം നല്കുന്നതിനും അടിച്ചമർത്തപ്പെട്ടവരെ കലാപം ചെയ്യുന്നതിൽനിന്നും വിലക്കുന്നതിനും സഹായകമായ ഒന്നായിരുന്നു വിരാട് പുരുഷസങ്കല്പം എന്നതിൽ തർക്കമില്ല. അല്ലാതെ ഇതിന് ദേശീയതയുമായി യാതൊരു ബന്ധവുമില്ല.

ഭഗവത്ഗീത

വിഖ്യാതചരിത്രകാരനായ ദാമോദർ ധർമ്മാനന്ദ് കോസംബി ഭഗവത്ഗീതയ്ക്ക് ഹിന്ദുമതാനുയായികൾക്കിടയിൽ സാർവ്വത്രികമായ അംഗീകാരം ലഭിക്കുന്നതിന് ഇടയാക്കിയ സാഹചര്യം എന്ത് എന്ന് വിശദീകരിക്കുന്നുണ്ട്. അത് ഇപ്രകാരമാണ്.

> ഉദ്ദേശ്യദാർഢ്യമുള്ള ഒരാൾക്ക് ഒരു വർഗ്ഗവ്യവസ്ഥയുടെ സാധുത നിരാകരിക്കാതെ, തനിക്കാവശ്യമായ ഏത് അർത്ഥവും നല്കിക്കൊണ്ട് ഗീതയെ വ്യാഖാനിക്കാനാവും. ബ്രാഹ്മണർ അതേ കാലത്തും ആരുടെ കാരുണ്യത്തെയാണോ ആശ്രയിച്ചിരുന്നത്, ആ ഭരണവർഗ്ഗത്തിലെ ഒരു വിഭാഗത്തിന് ഏതെങ്കിലും വിധത്തിൽ അപ്രിയമായ സാമൂഹ്യ പ്രവർത്തനം, അംഗീകൃത ബ്രാഹ്മണ രീതികളെ ധിക്കരിക്കാതെ ന്യായീകരിക്കാനും പ്രലോഭിപ്പിക്കാനും പറ്റിയ ഒരേയൊരു പുണ്യഗ്രന്ഥം ലഭിച്ചതായിരുന്നു ഗീത (*മിത്തും യാഥ്യാർത്ഥ്യവും*)

ഈ ഗീതയിലാണ് ഋഗ്വേദത്തിലെ വിരാട് പുരുഷസങ്കല്പത്തിൽനിന്ന് വ്യത്യസ്തമായ വിധത്തിൽ ചാതുർവർണ്യത്തിന്റെ ഉല്പത്തി വീണ്ടും ചർച്ചാവിഷയമാകുന്നത്. ഋഗ്വേദത്തിൽ "വിരാട് പുരുഷൻ എത്ര എത്ര പ്രകാരങ്ങളിൽ ഉത്ഭവിച്ചു? അദ്ദേഹത്തിന്റെ കൈയും കാലും ഊരുക്കളും മുഖാദികളും ആരെല്ലാമായി?" എന്ന് ചോദിക്കുകയും അതിന് ഉത്തരമായി 'അദ്ദേഹത്തിന്റെ മുഖം ബ്രാഹ്മണനും ഭുജം ക്ഷത്രിയനും, ജംഘകൾ വൈശ്യനും ചരണങ്ങൾ ശൂദ്രനുമായി" എന്ന് മറുപടിയായി പറയുകയുമാണ് ചെയ്തിരിക്കുന്നത്. ഇതിൽനിന്ന് ഒരു കാര്യം വ്യക്തമാണ്. വിരാട് പുരുഷനിൽനിന്ന് ബ്രാഹ്മണനും ക്ഷത്രിയനും വൈശ്യനുമൊക്കെ

'ആയിത്തീരുക'യോ ഉത്ഭവിക്കുകയോ ആണ് ചെയ്യുന്നത്. അതൊരു സ്വാഭാവിക പരിണാമ പ്രക്രിയയായാണ് ഋഗ്വേദത്തിൽ വിവരിക്കപ്പെട്ടിരിക്കുന്നതെങ്കിൽ ചാതുർവർണ്യ സൃഷ്ടിക്ക് ഒരു കർത്താവുണ്ടായിത്തീരുകയാണ് ഗീതയിൽ സംഭവിക്കുന്നത്. അതായത് കർത്താവില്ലാത്ത ഒരു സ്വാഭാവിക പ്രക്രിയ കർത്താവായ ഒന്നിനാൽ സൃഷ്ടിക്കപ്പെട്ടതായി ഗീതയിൽ മാറുന്നത് കാണാം. 'ചാതുർവർണ്യം മയാസൃഷ്ടം' എന്ന് പറയുന്ന കൃഷ്ണൻ അർത്ഥശങ്കയ്ക്കിടയില്ലാത്ത വിധം അതിന്റെ കർത്തൃത്വം ഏറ്റെടുക്കുകയാണ് ചെയ്യുന്നത്. ഋഗ്വേദകാലഘട്ടത്തിൽ സ്വാഭാവിക തൊഴിൽ വിഭജനമായി രൂപപ്പെട്ട ചാതുർവർണ്യം മതവിശ്വാസത്തിന്റെയോ ദൈവീകതയുടെയോ പേരിൽ ശാശ്വതവും വ്യവസ്ഥാപിതവും ആയ ഒന്നായി മാറുന്നു.

ഗീതോപദേശാനന്തരം യുദ്ധസന്നദ്ധനായി മാറുന്ന അർജ്ജുനൻ കൊന്നൊടുക്കുന്ന പ്രമുഖർ കൗരവരുടെ സേനാനായകന്മാരായ ഭീഷ്മർ, ദ്രോണർ, കർണ്ണൻ, ശല്യർ എന്നിവരാണ്. അവർ നാലുപേരും വർണ്ണാശ്രമധർമ്മങ്ങൾ അതേപടി പാലിക്കാതെ വഴിതെറ്റി ജീവിക്കുന്നവരായിരുന്നു എന്ന് കാണാം. ഭീഷ്മർ ക്ഷത്രിയനായിരുന്നു; രാജ്യം ഭരിക്കാൻ അവകാശമുണ്ടായിട്ടും അത് വിട്ടൊഴിഞ്ഞുകൊടുത്തു എന്ന് മാത്രമല്ല താപസതുല്യമായ വൈരാഗിയായാണ് ജീവിതകാലം മുഴുവൻ കഴിഞ്ഞത്. ദ്രോണർ കുലധർമ്മമായ വൈദികവൃത്തി വിട്ട് യുദ്ധം ചെയ്യാൻ അഭ്യസിച്ച ബ്രാഹ്മണനാണ്. കർണ്ണൻ സൂതപുത്രനായി അറിയപ്പെടുന്നയാളാണെങ്കിലും ചെയ്യുന്നത് ക്ഷത്രിയന്റെ കർമ്മമാണ്. ശല്യർക്കാവട്ടെ ക്ഷത്രിയനാണെങ്കിലും തേരാളിയായിരിക്കുന്നതിലാണ് താല്പര്യം. ഫലത്തിൽ വർണ്ണാശ്രമധർമ്മത്തിന് വിരുദ്ധജീവിതം നയിക്കുന്ന നാലുപേരെയാണ് ധർമ്മ സംസ്ഥാപനത്തിന് വേണ്ടി അവതരിച്ച ശ്രീകൃഷ്ണൻ അർജ്ജുനനെക്കൊണ്ട് കൊലചെയ്യിക്കുന്നത്. ഇടയജീവിതം നയിച്ചിരുന്ന കാലഘട്ടത്തിൽ രൂപംകൊണ്ട ഋഗ്വേദത്തിൽനിന്ന് കൃഷി ചെയ്യുന്നതിലേക്കും സ്ഥിരതാമസം നടത്തുന്നതിലേക്കും വളർന്ന ജനതയ്ക്ക് വിരാട് പുരുഷന്റെ ചാതുർവർണ്യവ്യവസ്ഥയിൽനിന്ന് ഉള്ള വളർച്ച അനിവാര്യമായിരുന്നു. ആ മാറ്റത്തിനെ പ്രതിരോധിക്കുന്നതിനാണ് 'ചാതുർവർണ്യം മയാസൃഷ്ടം' എന്ന് കൃഷ്ണനെക്കൊണ്ടുതന്നെ ഗീതയിൽ പറയിപ്പിക്കുന്നത്. എന്നാൽ വർണ്ണസങ്കരം നടക്കുകയും ഒപ്പംതന്നെ പുതിയതൊഴിലുകൾ രൂപംകൊള്ളുകയുമൊക്കെ ചെയ്തതിന്റെ ഫലമായി ജാതിവ്യവസ്ഥ രൂപംകൊണ്ടു. വർണ്ണസങ്കരവും പുതിയതൊഴിലുകളും മാത്രമല്ല പുതിയ ഗോത്രജനവിഭാഗങ്ങളെ വിവിധ വർണ്ണങ്ങളിലേക്ക് ഉൾക്കൊണ്ടതും ജാതിവ്യവസ്ഥയുടെ രൂപീകരണത്തിൽ പങ്കുവഹിച്ചിട്ടുണ്ട്. ഏറെ താഴ്ന്ന തട്ടിലുള്ള ജനവിഭാഗങ്ങളെ ഒന്നാകെ തന്നെ ഒരു ജാതിയായി മാറ്റുകയോ അല്ലെങ്കിൽ അവരിൽ മുൻപന്തിയിൽ നില്ക്കുന്നവരെ വർണ്യവ്യവസ്ഥയിലേക്കെടുക്കുകയും ബാക്കി വരുന്നവരെ വർണ്ണവ്യവസ്ഥയ്ക്ക് പുറത്തുനിർത്തുകയുമോ ആണ് ചെയ്തിരിക്കുന്ന

ത്.

ഈ സംയോജനങ്ങളൊക്കെത്തന്നെ *മഹാഭാരത*ത്തിലെ കൃഷ്ണനെ രൂപപ്പെടുത്തുന്നതിലും പങ്കുവഹിച്ചിട്ടുണ്ടെന്നാണ് കോസംബി പറയുന്നത്.

> ഋഗ്വേദത്തിൽ ഇന്ദ്രനുമായുള്ള കൃഷ്ണന്റെ ശത്രുതയെക്കുറിക്കുന്ന ഐതിഹ്യം ആര്യന്മാർക്കുമുമ്പുള്ള കറുത്ത മനുഷ്യർ ആക്രമണകാരികളായ ആര്യന്മാർക്കെതിരെ നടത്തിയ ചരിത്രപരമായ സമരത്തെ പ്രതിഫലിപ്പിക്കുന്നു. കൃഷ്ണന്റെ തൊലിയുടെ കറുപ്പ് സാരമായ പ്രതിബന്ധമായിരുന്നില്ല; 'കൃഷ്ണ ആംഗിരസൻ' എന്ന ഒരു വേദകാല ഋഷി ഉണ്ടായിരുന്നതായി കാണുന്നുണ്ടല്ലോ. യദുക്കളും ഒരു വേദകാല ഗോത്രമാണ്. യുദ്ധത്തടവുകാരനായ, ബന്ധനസ്ഥനായ യദുവിനെപ്പറ്റി പരാമർശിച്ചു കാണുന്നുണ്ടെങ്കിലും, അവരുമായി ഏതെങ്കിലും കൃഷ്ണൻ ബന്ധപ്പെട്ടതായി അറിവില്ല. 'ഛാന്ദോഗ്യ' ഉപനിഷത്തനുസരിച്ച് (3.17,1-7)' ദേവകീപുത്രനായ കൃഷ്ണന് 'ഘോര ആംഗിരസൻ സദാചാരചിട്ടയിൽ പരിശീലനം നല്കിയതായി കാണുന്നു. 'മഹാനുഭാവന്മാ'ർ കരുതുന്നത് സാന്ദീപനിയായിരുന്നു കൃഷ്ണന്റെ ഗുരുവെന്നാണ്. ചിലർ മുൻകോപിയായ ദുർവ്വാസാവിനെയും കൃഷ്ണന്റെ ഗുരുക്കന്മാരുടെ പട്ടികയിൽ പെടുത്തുന്നുണ്ട്. കംസനെ വധിച്ച ദൃഢകായനായ കൃഷ്ണന് ഗോദയിൽ ആരെയും തോല്പിക്കാനാകുമായിരുന്നു. ഇതേ കൃഷ്ണൻ തന്നെയാണോ മഥുരയിലെ യമുനാനദിയിലുണ്ടായിരുന്ന അനേകം തലകളുള്ള കാളിയസർപ്പത്തെ ചവിട്ടി താഴ്ത്തിയതെന്ന് അറിയില്ല." (*മിത്തും യാഥാർത്ഥ്യവും*)

കൃഷ്ണൻ ആര്യന്മാർക്കു മുമ്പുള്ള ജനതയിൽനിന്ന് ഉയർന്നുവന്നതാണെന്ന് പാണിനിയുടെ ഒരു പരാമർശത്തിൽ വ്യക്തമാവുന്ന കാര്യവും കോസംബി ചൂണ്ടിക്കാണിക്കുന്നുണ്ട്. ജനകീയമായിരുന്ന നിരവധി കൃഷ്ണസങ്കല്പങ്ങൾ ഒന്നിച്ചു ചേർത്താണ് മഹാഭാരതത്തിലെ കൃഷ്ണൻ രൂപം കൊണ്ടത് എന്നാണ് കോസംബി അഭിപ്രായപ്പെടുന്നത്. ഇങ്ങനെ ശക്തമായ ഒരു സങ്കല്പത്തെ രൂപപ്പെടുത്തുന്നതിന് പിന്നിൽ വിവിധങ്ങളായ കൃഷ്ണകഥകളുമായി ബന്ധപ്പെട്ട ജനങ്ങളെയാകെ ഒന്നിപ്പിക്കുക എന്നലക്ഷ്യവും മഹാഭാരതത്തിനുണ്ടായിരുന്നു.

മാത്രവുമല്ല *ഋഗ്വേദ*ത്തിൽ പരാമർശിക്കപ്പെടുന്ന വിരാട് പുരുഷനെ ഓർമ്മപ്പെടുത്തും വിധം ശ്രീകൃഷ്ണൻ കുരുക്ഷേത്ര യുദ്ധഭൂമിയിൽവെച്ച് അർജ്ജുനന് തന്റെ വിശ്വരൂപം പ്രകടമാക്കി കൊടുക്കുന്നുമുണ്ട്. ചുരുക്കിപ്പറഞ്ഞാൽ *ഋഗ്വേദ*ത്തിൽ രൂപംകൊണ്ട വർണ്ണവ്യത്യാസങ്ങളുടെ മൂലരൂപത്തെ കാലികമാക്കുക എന്ന പ്രക്രിയയാണ് മഹാഭാരതത്തിലെ കൃഷ്ണനിലൂടെയും കൃഷ്ണന്റെ ഗീതോപദേശത്തിലൂടെയും അധികാ

രിവർഗ്ഗം ഉദ്ദേശിച്ചത്; അല്ലാതെ ദേശീയ ഐക്യം രൂപപ്പെടുത്തലായിരുന്നില്ല.

ഈ *ഭഗവത്ഗീത* ദേശീയ ഗ്രന്ഥമാക്കണമെന്ന് കേന്ദ്രമന്ത്രി സുഷമാ സ്വരാജ് ആവശ്യപ്പെട്ടതിനെതിരെ പാർലമെൻറിൽ വലിയ കോലാഹലമുണ്ടായി. ഗീതോപദേശം നടന്നിട്ട് 5751 വർഷങ്ങളായി എന്നാണ് ആർ എസ്എസ് - ബി ജെ പി പ്രഭൃതികൾ അവകാശപ്പെടുന്നത്. 'ഗായതേ ഇതി ഗീത' പാടിപ്പുകഴ്ത്തുന്നതെന്തോ അതാണ് ഗീത. ഭാരതയുദ്ധത്തിൽ കൗരവരും പാണ്ഡവരും ശത്രുപക്ഷങ്ങളിൽ അണിനിരന്നു. അർജ്ജുനനാണ് പാണ്ഡവപക്ഷത്തെ ഏറ്റവും കരുത്തനും സമർത്ഥനുമായ പോരാളി. എന്നാൽ ശത്രുപക്ഷത്ത് സ്വസഹോദരന്മാരേയും ഗുരുപ്രവരരേയും കണ്ട അർജ്ജുനൻ തേർതട്ടിൽ തളർന്നിരുന്നു. ആ അർജ്ജുനനെ തളർച്ച മാറ്റി യുദ്ധോത്സുകനാക്കുന്നതിനുവേണ്ടി ശ്രീകൃഷ്ണൻ ഉപദേശിക്കുന്ന ഒന്നായാണ് *മഹാഭാരത*ത്തിൽ *ഭഗവദ്ഗീത* കൂട്ടിച്ചേർക്കപ്പെട്ടിരിക്കുന്നത്.

കർമ്മം ചെയ്യുന്നതിന് പ്രോത്സാഹനം നല്കുന്നതാണ് ഗീത. അതുകൊണ്ട് അത് കാലികമായിപ്പോലും പ്രസക്തമെന്നാണ് ആർ എസ് എസ്-ബി ജെ പി പ്രഭൃതികൾ വാദിക്കുന്നത്. അങ്ങനെ എല്ലാവർക്കും എല്ലാ കർമ്മവും ചെയ്യാൻ പ്രോത്സാഹനം നല്കുന്ന ഒന്നാണോ ഗീത?

''സഹജം കർമ്മകൗന്തേയ,
സദോഷമപി നത്യജേത്'' (അദ്ധ്യായം 18 ശ്ലോകം 48)

ഇതിൻെറ പരിഭാഷ ഇങ്ങനെ. സ്വജാതി കർമ്മം ദോഷമുള്ളതായാലും പരിത്യജിക്കാൻ പാടുള്ളതല്ല. ഓരോ വർണ്ണവും തുടർന്ന് ജാതി അടിസ്ഥാനത്തിൽ വരുന്നവരും അവരുടെ ജാതിയുടെയോ വർണ്ണത്തിന്റെയോ തൊഴിൽ തന്നെ ചെയ്യണമെന്നും മറിച്ച് ചെയ്യുന്നത് ദോഷകരമാണെന്നും ഗീത പറയുന്നുണ്ട്.

കൃഷി ഗൗരക്ഷ്യ വാണിജ്യം
വൈശ്യകർമ്മ സ്വഭാവജം
പരിചര്യാത്മകം കർമ്മ
ശൂദ്ര സ്യാഹ സ്വഭാവജം (അദ്ധ്യായം 18 ശ്ലോകം 44)

ഇതിന് അർത്ഥം വളരെ വ്യക്തമാണ്. കൃഷി, കാലി വളർത്തൽ, വ്യാപാരം എന്നിവ വൈശ്യരും, പരിചരിക്കുകയും സേവിക്കുകയും ചെയ്യേണ്ടത് ശൂദ്രരും ആണെന്നാണ് ഇവിടെ സ്പഷ്ടമാക്കിയത്. അതായത് വൈശ്യകർമ്മം അല്ലെങ്കിൽ വൈശ്യധർമ്മം എന്തെന്നും ശൂദ്രകർമ്മം അല്ലെങ്കിൽ ശൂദ്രധർമ്മം എന്തെന്നും ഗീത തന്നെ വ്യക്തമാക്കിയിരിക്കുകയാണ്. വർണ്ണത്തിന്റെ അടിസ്ഥാനത്തിലുള്ള പ്രവൃത്തിവിഭജനം ദൈവസൃഷ്ടവും മാറ്റാൻ പാടില്ലാത്തതുമാണെന്നാണ് ഗീത പറയുന്നത്.

അങ്ങനെ കർമ്മം നിശ്ചയിച്ചുകൊടുക്കുക മാത്രമല്ല നിശ്ചയിച്ച കർമ്മമൊഴികെ മറ്റൊന്നും ചെയ്യരുതെന്നും ഗീത പറഞ്ഞിട്ടുണ്ട്.

ശ്രേയാൽ സ്വധർമ്മോ വി ഗുണഃ

പര ധർമ്മാത് സ്വനുഷ്ഠി താത്
സ്വധർമ്മേ നിധനം ശ്രേയ:
പരധർമ്മോ ഭയാവഹഃ (അദ്ധ്യായം 3 ശ്ലോകം 35)

ഇതിൻെറ പരിഭാഷ ഇപ്രകാരമാണ്. അന്യൻെറ ധർമ്മം ചെയ്യുന്നത് നല്ലതല്ല. ദോഷമുള്ളതാണെങ്കിലും സ്വന്തം ധർമ്മം ചെയ്യുന്നതാണ് നല്ലത്. തനിക്ക് നിശ്ചയിച്ച കർമ്മം ചെയ്യുന്നവർ പാപത്തിൽപെടുന്നില്ല. അതായത് വർണ്ണം മാറി ജോലി ചെയ്യുന്നവർ പാപിയാണെന്നാണ് ഗീതാഭാഷ്യം.

ഇങ്ങനെ ചാതുർവർണ്യത്തെ ശാശ്വതീകരിക്കാൻവേണ്ടി നിലകൊള്ളുന്ന ഗീതയെ എങ്ങനെയാണ് ഇന്ത്യയുടെ ആകെ ദേശീയ ഗ്രന്ഥമാക്കാൻ കഴിയുക? ചാതുർവർണ്യത്തിനകത്ത് വരുന്ന ശൂദ്രൻ തന്നെ അടിമപ്പണിക്കാരനോ ദാസ്യവേല ചെയ്യുന്നവനോ ആണ്. ചാതുർവർണ്യത്തിന് പുറത്തുള്ളവരാണ് ഇന്ത്യയിലെ ഭൂരിപക്ഷം വരുന്ന അവർണ്ണ ജനതയും മുസ്ലീങ്ങളും ക്രിസ്ത്യാനികളും പാഴ്സികളും സിഖുകാരും ബുദ്ധമതക്കാരും ജൈനമതക്കാരുമൊക്കെ. ഗീത എന്നത് ത്രൈവർണ്ണികരുടെ ഗ്രന്ഥമാണ്. വർണ്ണ വ്യവസ്ഥ ദൈവസൃഷ്ടിയാണെന്ന് പറഞ്ഞ് അതിനെ ശാശ്വതീകരിക്കാൻ ചമയ്ക്കപ്പെട്ടതാണ് എന്ന് ഇവിടെ എടുത്തു പറഞ്ഞിട്ടുള്ള ഉദ്ധരണികളിൽനിന്നുതന്നെ വ്യക്തമാവുന്ന സംഗതിയാണ്. അതുകൊണ്ടാണ് ഗീത ഇന്ത്യയുടെ ദേശീയഗ്രന്ഥമാക്കണമെന്ന സുഷമാ സ്വരാജിൻെറ അഭിപ്രായം എതിർപ്പു ക്ഷണിച്ചുവരുത്തിയത്.

ദേശീയത എന്നാൽ ഹിന്ദു ദേശീയതയാണെന്നും ഹിന്ദു ദേശീയതയെന്നാൽ അത് ത്രൈവർണ്ണികരുടെ (ശൂദ്രർ ഒഴികെ) ദേശീയതയാണെന്നുമാണ് ഈ അവകാശവാദത്തിലൂടെ സുഷമാ സ്വരാജ് വ്യക്തമാക്കിയത്. അത് അംഗീകരിക്കാനാവില്ല.

വിശ്വരൂപം

വിരാട് പുരുഷനി'ൽനിന്ന് 'വിശ്വരൂപ'ത്തിലേക്കെത്തുമ്പോൾ സർവ്വശക്തനും സർവ്വജ്ഞാനിയും സർവ്വവ്യാപിയുമായ ഏകദൈവത്തിന്റെ, ഈശ്വരന്റെ, സങ്കല്പത്തിലേക്ക് ആത്മീയത വളരുന്നതായി കാണാനാവും. ശതപഥബ്രാഹ്മണം വ്യക്തമാക്കുന്നതുപോലെ 'മനുഷ്യരുടെ പ്രവർത്തനരീതി എങ്ങനെയോ അങ്ങനെതന്നെയാണ് ദൈവങ്ങളും പ്രവർത്തിച്ചത്.' *ഇന്ത്യയുടെ ആത്മാവ്* എന്ന പുസ്തകത്തിൽ "കേന്ദ്രീകൃതങ്ങളായ ഭരണകൂടങ്ങൾ ഉയർന്നുവന്നതോടുകൂടി കേന്ദ്രീകൃതമായ ദൈവശക്തിയും ആവശ്യമായിത്തീർന്നു. ഭൂമിയിലെ ഏകച്ഛത്രാധിപതിക്കു സമാനനായി സ്വർഗ്ഗത്തിലും ഒരു ഏകച്ഛത്രാധിപതിയുണ്ടെന്നു വിശ്വസിക്കപ്പെട്ടു. അങ്ങനെയാണ് ബഹുദൈവവിശ്വസത്തിന്റെ സ്ഥാനത്ത് ഏകദൈവവിശ്വാസം ഉരുപ്പിടിച്ചത്" എന്ന് കെ ദാമോദരൻ വ്യക്തമാക്കുന്നുണ്ട്. പ്രപഞ്ചത്തിലുള്ള എല്ലാത്തിനെയും എടുത്തുപറഞ്ഞ് അതൊക്കെതന്നെ വിശ്വരൂപത്തിൽ പ്രകടമാവുന്ന രീതിയിലാണ് ഗീതയിൽ വിശ്വരൂപം അവതരിപ്പിക്കപ്പെട്ടിരിക്കുന്നത്. *ഋഗ്വേദ*ത്തിലെ വിരാട് പുരുഷനേക്കാൾ കൂടുതൽ സുഘടിതമായ രൂപം ശ്രീകൃഷ്ണൻ അർജ്ജുനന് കാണിച്ചുകൊടുക്കുന്ന വിശ്വരൂപത്തിനുണ്ട്. എല്ലാം ഒന്നാണെന്ന് പറയുമ്പോൾത്തന്നെ അതിൽ ഓരോന്നിനും സ്വന്തമായ അസ്തിത്വം നല്കുന്ന രീതിയിലാണ് വിശ്വരൂപം അവതരിപ്പിക്കപ്പെട്ടിരിക്കുന്നത്.

അഹം സർവ്വസ്യപ്രഭവോ
മനന: സർവ്വം പ്രവർത്തതേ
ഇതിമത്വ ഭജന്തേ മാം
ബുധാ ഭാവ സമന്വിതാ:

'ഞാൻ എല്ലാറ്റിന്റെയും പ്രഭവസ്ഥാനമാകുന്നു എന്നിൽനിന്ന്

സർവ്വവും പ്രവർത്തിക്കുന്നു. ഇപ്രകാരം അറിഞ്ഞിട്ട് വിവേകികൾ ഭാവ സമന്വിതരായി എന്നെ ഭജിക്കുന്നു' എന്ന് അർജ്ജുനനോട് വിശ്വരൂപം കാണിക്കുന്നതിന് മുമ്പുതന്നെ ശ്രീകൃഷ്ണൻ ഉപദേശിക്കുന്നുണ്ട്. താനാണ് ഈശ്വരൻ എന്നു പറയുന്നുമുണ്ട്. അതിനൊക്കെ ശേഷമാണ് അർജ്ജുനന്റെ അഭീഷ്ടം സാധിച്ചുകൊടുക്കുന്നതിനായി വിശ്വരൂപം കാണിച്ചുകൊടുക്കുന്നത്.

ഗീതയിൽ വിശ്വരൂപദർശനയോഗത്തിലാണ് വിശ്വരൂപത്തെ അവത രിപ്പിച്ചിരിക്കുന്നത്. പത്താം ശ്ലോകം മുതൽ അത് ആരംഭിക്കുന്നു.

> അനേകം മുഖങ്ങളോടും കണ്ണുകളോടും കൂടിയതും അനേകം അത്ഭുത കാഴ്ചകളോടും കൂടിയതും അനേകം ദിവ്യാഭരണങ്ങളോ ടുകൂടിയതും ഉയർത്തിപ്പിടിച്ച അനേകം ദിവ്യായുധങ്ങളോടുകൂടി യതും ദിവ്യങ്ങളായ മാലകളും വസ്ത്രങ്ങളും ധരിച്ചതും ദിവ്യങ്ങൾ പൂശിയിട്ടുള്ളതും സകലവിധത്തിലും ആശ്ചര്യ പൂർണ്ണമായതും പ്രകാശസ്വരൂപമായതും അവസാനമില്ലാത്തതും സർവ്വത്ര മുഖ ങ്ങളോടുകൂടിയതും ആയിരുന്നു ആ രൂപം. ആകാശത്തിൽ ആയിരം സൂര്യന്മാരുടെ ഒരുമിച്ചുള്ള ഉദയം സംഭവിക്കുമെങ്കിൽ ആ പ്രഭു ആ മഹാത്മാവിന്റെ പ്രഭയ്ക്കു തുല്യമായേക്കാം. അനേകം പ്രകാരത്തിൽ വിഭജിക്കപ്പെട്ടിരിക്കുന്ന ജനത്തിനെ മുഴുവനും ദേവദേവനായ ഭഗവാന്റെ ആ ശരീരത്തിൽ ഒന്നിച്ചു സ്ഥിതിചെയ്യുന്നതായി അപ്പോൾ അർജ്ജുനൻ കണ്ടു.

അതുകണ്ട അർജ്ജുനൻ ശ്രീകൃഷ്ണനോട് ഇപ്രകാരം പറയുന്നു:

> ഹേ ദേവ, അങ്ങയുടെ ശരീരത്തിൽ ദേവന്മാരെയും സകല ഭൂത വിശേഷ സംഘങ്ങളെയും ദിവ്യന്മാരായ സകല ഋഷിമാരെയും സർപ്പങ്ങളെയും അപ്രകാരം തന്നെ കമലാസനത്തിലിരിക്കുന്ന ഈശ്വരനായ ബ്രഹ്മാവിനെയും ഞാൻ കാണുന്നു. അനേകം കൈകളും ഉദരങ്ങളും വായകളും കണ്ണുകളുമുള്ള അവസാനമി ല്ലാത്ത രൂപങ്ങളോടു കൂടിയവനായി അങ്ങയെ എല്ലായിടത്തും ഞാൻ കാണുന്നു. വിശ്വേശരനും വിശ്വരൂപം ധരിച്ചവനുമായ ഭഗ വാനെ അങ്ങയുടെ ആദിയെയും മദ്ധ്യത്തെയും പിന്നെ അവസാ നത്തെയും ഞാൻ കാണുന്നില്ല. കിരീടം, ഗദ, ചക്രം ഇവയോടു കൂടിയവനും തേജോരൂപം എങ്ങും പ്രകാശിച്ചുകൊണ്ടിരിക്കുന്ന വനും നോക്കാനാവാത്ത വിധം ജ്വലിക്കുന്ന അഗ്നിയുടെയും സൂര്യ ന്റെയും പ്രഭയുള്ളവനും അളക്കാൻ വയ്യാത്തവനുമായ അങ്ങയെ എല്ലാദിക്കിലും ഞാൻ കാണുന്നു. അങ്ങാണ് അറിയപ്പെടേണ്ട പരമായ ബ്രഹ്മമെന്നും അങ്ങാണ് ഈ വിശ്വത്തിന്റെ പരാശ്രയം എന്നും അങ്ങാണ് നാശരഹിതനും ശാശ്വതധർമ്മത്തിന്റെ രക്ഷ കനുമെന്നും അങ്ങുതന്നെയാണ് സനാതന പുരുഷനെന്നും ഞാൻ കരുതുന്നു.

വിരാട് പുരുഷ സങ്കല്പത്തെ ഗീതയിൽ കാലോചിതമായി സംസ്ക രിച്ചിരിക്കുന്നു. ഋഗ്വേദത്തിലെ വിരാട് പുരുഷസങ്കല്പത്തിൽ കാണാത്ത പരബ്രഹ്മസങ്കല്പത്തിലേക്ക് ഗീതയിലെ ഏകദൈവസങ്കല്പം വളർന്നി രിക്കുകയാണ്. മുൻ അദ്ധ്യായത്തിൽ ചൂണ്ടിക്കാണിച്ചതുപോലെ ബ്രാഹ്മ ണനും ക്ഷത്രിയനും വൈശ്യനും ശുദ്രനും വിരാട് പുരുഷനിൽനിന്ന് സ്വാഭാവികമായി ഉരുത്തിരിയുകയായിരുന്നുവെങ്കിൽ ഗീതയിലെ വിശ്വ രൂപം അതിന്റെയൊക്കെ സ്രഷ്ടാവായി കൂടുതൽ ഉയർന്ന ഒരു പദവിയി ലേക്ക് എത്തിനില്ക്കുകയാണ്. ഗീതയിലെ ജ്ഞാനകർമ്മ സന്ന്യാസയോ ഗത്തിൽ 'ചാതുർവർണ്യം മയാസൃഷ്ടം' എന്ന് ആധികാരികമായി ത്തന്നെ ശ്രീകൃഷ്ണൻ പ്രഖ്യാപിക്കുന്നുമുണ്ട്. ആ ചാതുർവർണ്യത്തെ സംരക്ഷിക്കുന്നതിനാണ്, വർണ്ണാശ്രമധർമ്മത്തെ രക്ഷിക്കുന്നതിനാണ്, ശ്രീകൃഷ്ണൻ അവതരിക്കുന്നത് തന്നെ. എന്താണ് ധർമ്മമെന്ന് ഗീത യിൽ തന്നെ വ്യക്തമാക്കപ്പെട്ടിട്ടുണ്ട്.

കുലക്ഷയേ പ്രണശ്യന്തി
കുലധർമ്മാ: സനാതനാ:
ധർമ്മേ നഷ്ടേ കുലം കൃത്സ്നം
അധർമ്മോ ഭിഭപന്യുത

കുലനാശത്തിൽ സനാതനങ്ങളായ കുലധർമ്മങ്ങൾ നശിക്കുന്നു. ധർമ്മം നശിക്കുമ്പോൾ കുലത്തെ മുഴുവനും അധർമ്മം ബാധിക്കുകയും ചെയ്യുന്നു എന്ന് പറഞ്ഞുകൊണ്ട് വൃഷ്ണി വംശജനായ ഹേ കൃഷ്ണ അധർമ്മം ബാധിക്കുന്നതുമൂലം കുലസ്ത്രീകൾ ദുഷിക്കുന്നു. സ്ത്രീകൾ ദുഷിക്കുമ്പോൾ വർണ്ണസങ്കരം സംഭവിക്കുന്നു. വർണ്ണസങ്കരം കുലത്തി ന്റെയും കുലനാശകരുടെയും നരകത്തിനായിട്ടുതന്നെ ഭവിക്കുന്നു........... കുലഘാതകരുടെ വർണ്ണസങ്കരമുണ്ടാക്കുന്നതായ ഈ ദോഷണങ്ങളാൽ ശാശ്വതങ്ങളായ ജാതിധർമ്മങ്ങളും കുലധർമ്മങ്ങളും നശിക്കപ്പെടുന്നു' എന്നാണ് തുടർന്നു പറയുന്നത്. അപ്പോൾ വർണ്ണസങ്കരമാണ് ധർമ്മനാശ ത്തിന്റെ ഭാഗമായുണ്ടാവുന്ന ഏറ്റവും വലിയ അത്യാപത്തായി കണ്ടിരി ക്കുന്നത്. ശാശ്വതങ്ങളായ വർണ്ണധർമ്മങ്ങൾ അതേപടി നിലനില്ക്കണം; ഇല്ലെങ്കിൽ നിലനിർത്തുന്നതിനായി യുദ്ധം ചെയ്യണം എന്നാണ് ഗീത പറയുന്നത്.

കൃഷ്ണൻ അർജ്ജുനനോട് ഗീതയിൽ ഉപദേശിക്കുന്ന ഏറ്റവും പ്രധാനപ്പെട്ട കാര്യവും അതുതന്നെയാണ്. കുലധർമ്മം ചെയ്യുക

സാംഖ്യയോഗം എന്ന ഗീതയുടെ അദ്ധ്യായത്തിൽ
സ്വധർമ്മപി ചാവേക്ഷ്യ
നവികമ്പിതുമർഹസി
ധർമ്യാദ്ധി യുദ്ധാത് ശ്രേയോ വ്യത്
ക്ഷത്രിയസ്യ നവിദ്യതേ

"സ്വധർമ്മത്തെ നോക്കിയിട്ടായാലും(നീ)ചഞ്ചലപ്പെടാൻ പാടില്ല. എന്തെന്നാൽ ധർമ്മ യുദ്ധത്തേക്കൾ ശ്രേയസ്കരമായി ക്ഷത്രിയന് മാറ്റൊ

ന്നില്ല" എന്നാണ് കൃഷ്ണൻ അർജ്ജുനനെ ഉപദേശിക്കുന്നത്.

കൃത്യമായി പറഞ്ഞാൽ ചാതുർവർണ്യവ്യവസ്ഥക്കെതിരെ ഉയർന്നു വരുന്ന വർണ്ണസങ്കരമെന്ന ധർമ്മച്യുതിക്കെതിരായി ആയുധമെടുത്തു പോരാടാൻ അർജ്ജുനനിലെ ക്ഷത്രിയനെ ബോധവല്ക്കരിക്കലാണ് ഗീതോപദേശംകൊണ്ട് മുഖ്യമായും ഉദ്ദേശിച്ചിരിക്കുന്നത്. ഇടയ വൃത്തിയിൽനിന്ന് കാർഷിക വൃത്തിയിലേക്ക് മാറിയതോടെ രൂപപ്പെട്ടുവരുന്ന ജാതി വ്യവസ്ഥയ്ക്കുമേൽ ചാതുർവർണ്യത്തിന്റെ മേൽ കൈ നിലനിർത്തുന്നതിനായി രചിക്കപ്പെട്ടതാണ് ഗീതോപദേശം എന്നാണ് ഇതിൽനിന്ന് മനസ്സിലാക്കേണ്ടത്.

സംഭവിച്ചുകൊണ്ടിരിക്കുന്ന മാറ്റങ്ങളാകെത്തന്നെ വിശ്വരൂപത്തിൽ ഉൾക്കൊള്ളുന്നതാണെന്നും സംഭവിക്കുന്നതൊക്കെ ഈശ്വരേച്ഛയാണെന്നും ഈശ്വരനറിയാതെ യാതൊന്നുംതന്നെ നടക്കുന്നില്ലെന്നും അധഃസ്ഥിത വിഭാഗം അനുഭവിച്ചുവരുന്ന കഷ്ടതകളൊക്കെത്തന്നെ ഈശ്വരനിശ്ചയമാണെന്നും വരുത്തിത്തീർത്ത് വർണ്ണപരവും ജാതീയവുമായ വൈരുദ്ധ്യങ്ങളെ ഏറ്റുമുട്ടലിലേക്കെത്തിക്കാതെ ആത്മീയപരിവേഷം നല്കി അതിനെയൊക്കെ ഐക്യപ്പെടുത്തിനിർത്തുക എന്ന ലക്ഷ്യം കൂടെ ഗീതോപദേശത്തിന് പിറകിൽ ഉണ്ടായിരുന്നു എന്നും കാണാനാവും. എന്നാൽ ഇതും ദേശീയ ഐക്യം രൂപപ്പെടുത്തലായിരുന്നില്ല.

മനുസ്മൃതി

ഋഗ്വേദത്തിലെ പുരുഷ സൂക്തത്തിൽ വിരാട് പുരുഷനിൽ നിന്ന് ഉത്ഭവിക്കുന്ന ഒന്നായാണ് നാലു വർണ്ണങ്ങളെ ചിത്രീകരിച്ചിരിക്കുന്നതെങ്കിൽ *ഭഗവത്ഗീത*യിൽ ചാതുർവർണ്യത്തിന് ഒരു സൃഷ്ടികർത്താവ് ഉണ്ടാകുന്നു. അതാണ് ശ്രീകൃഷ്ണൻ. പരബ്രഹ്മവും ഈശ്വരനുമൊക്കെ ഗീതയിൽ ശ്രീകൃഷ്ണൻ തന്നെയാണ്. വർണ്ണ സങ്കരമുണ്ടാവാതെ നോക്കലാണ് ശ്രീകൃഷ്ണാവതാരത്തിന്റെ മുഖ്യകർത്തവ്യം. ചാതുർവർണ്ണ്യവ്യവസ്ഥയെ ചിട്ടപ്പെടുത്തി വ്യവസ്ഥാപിതമാക്കിമാറ്റുന്നത് *മനുസ്മൃതി*യിലാണ്. അതിന് സ്മൃതികാരനായ മനുവിന് ആധികാരികതയുണ്ടാവണം. മനുഷ്യരാശിക്കാകെ ബാധകമായ നിയമം സൃഷ്ടിക്കുന്നത് ദൈവമോ, ദൈവപുത്രനോ ആയിരിക്കണമെന്നതിനാൽ മനുവിനെ ദൈവപുത്രനായാണ് *മനുസ്മൃതി*യിൽ അവതരിപ്പിച്ചിരിക്കുന്നത്. അതിന്റെ ഭാഗമായി വിരാട് പുരുഷനും വരുന്നുണ്ട്. അതുപക്ഷേ, അല്പസ്വല്പം വ്യത്യസ്തതകളോടെയാണെന്നു മാത്രം.

"ധർമ്മ സ്ഥാപനത്തിനായി സർവ്വജ്ഞത്വാദി ധർമ്മങ്ങളോടുകൂടി സർവ്വജ്ഞൻ തന്നെ ആവിർഭവിച്ചതാണ് സ്വായംഭൂവമനു" എന്നാണ് *മനുസ്മൃതി*യുടെ തുടക്കത്തിൽതന്നെ പറഞ്ഞിരിക്കുന്നത്. ആ മനുവിനോട് മഹാന്മാരായ ഋഷികൾ അപേക്ഷിച്ചതനുസരിച്ച് ഭൃഗ്വാദിമഹർഷിമാർക്ക് മനു ഉപദേശിച്ചതാണ് *മനുസ്മൃതി* എന്ന മട്ടിലാണ് *മനുസ്മൃതി* എഴുതപ്പെട്ടിരിക്കുന്നത്. *മനുസ്മൃതി*യിൽ ഋഗ്വേദത്തില്ലില്ലാത്ത ബ്രഹ്മം, പരമാത്മാവ്, ബ്രഹ്മാവ് എന്നിവയുടെ ഉല്പത്തിയെക്കുറിച്ച് വ്യക്തമാക്കുന്നുണ്ട്.

"ആസീദിദം തമോഭൂതമപ്രജ്ഞാതമലക്ഷണം
അപ്രതർക്യമവിജ്ഞേയം പ്രസുപ്തമിവ സർവ്വത:"

"ഈ ജഗത്ത് തമസ്സിൽ ലയിച്ചിരുന്നു. അത് പ്രത്യക്ഷത്തിന് വിഷ

യമായിരുന്നില്ല; അതിനെ അനുമാനിച്ചറിയാനുള്ള ലക്ഷണങ്ങളുമില്ലായിരുന്നു. ശബ്ദം കൊണ്ടറിയാനും വഴിയുണ്ടായിരുന്നില്ല; ആകയാൽ ഇതെല്ലാം നിദ്രയിലാണ്ടതുപോലെ അജ്ഞാതമായിരുന്നു."

"തത: സ്വയം ഭൂർ ഭഗവാനവ്യക്തോ വ്യഞ്ജയന്നിദം
മഹാഭൂതാദി വൃത്തൗജ: പ്രാദുരാസീത് തമോനുദ:"

"അനന്തരം സ്വയം ഭൂവും ഇന്ദ്രിയാഗോചരനും അപ്രതിഹതമായ ഓജസ്സോടുകൂടിയവനും ആയ സർവ്വശക്തൻ ആകാശാദിപഞ്ചമഹാഭൂതങ്ങളെ പ്രകാശിപ്പിച്ചും പ്രളയതമസ്സിനെ ഭേദിച്ചും കൊണ്ട് പ്രകാശിച്ചു."

"സോഭിദ്ധ്യായശരീരാത് സ്വാത് സിസൃക്ഷുർ വിവിധാ: പ്രജാ:
അപ ഏവ സസർജാദൗ താസു ബീജമവാ സൃജത്"

"ആ പരമാത്മാവ് നാനാതരത്തിലുള്ള ജീവജാലങ്ങളെ സൃഷ്ടിക്കണമെന്നു സങ്കല്പിച്ച് സൂക്ഷ്മ ശക്തിസ്വരൂപമായ സ്വശരീരത്തിൽനിന്നും ആദ്യം ജലത്തെ സൃഷ്ടിച്ചു; ആ ജലത്തിൽ ശക്തിസ്വരൂപമായ ബീജത്തെ നിക്ഷേപിച്ചു."

തുടർന്ന് ആ ബീജം സ്വർണ്ണവർണ്ണവും സൂര്യസമപ്രഭവുമായ ഒരു അണ്ഡമായിത്തീർന്നു. ആ അണ്ഡത്തിൽ പരമാത്മാവ് സ്വയം ബ്രഹ്മാവിന്റെ രൂപത്തിൽ ജനിച്ചു. അദ്ദേഹമത്രെ സർവ്വലോകങ്ങളുടെയും ജനകൻ.

"യത് തത് കാരണമവ്യക്തം നിത്യം സദസദാത്മകം
തദ് വിസൃഷ്ട: സ പുരുഷോ ലോകേ ബ്രഹ്മേതി കീർത്യതേ"

സമസ്ത പ്രപഞ്ചത്തിനും കാരണഭൂതനും ഇന്ദ്രിയാഗോചരനും നിത്യനും സദ്രൂപനും അസദ്രൂപനെന്നപോലെ തോന്നപ്പെടുന്നവനും ആയ പരമാത്മാവിനാൽ ഉല്പാദിപ്പിക്കപ്പെട്ട പുരുഷൻ സർവ്വത്ര ബ്രഹ്മാവ് എന്ന് കീർത്തിക്കപ്പെടുന്നു.

അങ്ങനെ *മനുസ്മൃതി*യായപ്പോഴേക്ക് എല്ലാം സൃഷ്ടിക്കുന്നവനായ ഈശ്വരന്റെ സ്ഥാനത്ത് സൃഷ്ടികർത്താവായി ബ്രഹ്മാവ് സ്ഥാനം പിടിക്കുന്നു. സമൂഹത്തിൽ നടക്കുന്ന തൊഴിൽ വിഭജനമാണിവിടെ പ്രകടമാവുന്നത്. ആ ബ്രഹ്മാവാണ് *മനുസ്മൃതി* പ്രകാരം ബ്രാഹ്മണനെയും ക്ഷത്രിയനേയും വൈശ്യനേയും ശൂദ്രനേയും സൃഷ്ടിക്കുന്നത്.

"ലോകാനാം തു വിവൃദ്ധ്യർത്ഥം മുഖബാഹുരൂപാദത:
ബ്രാഹ്മണം, ക്ഷത്രിയം, വൈശ്യം, ശൂദ്രം ച നിരവർതയത്"

"ഭൂമ്യാദി ലോകങ്ങളുടെ അഭിവൃദ്ധിക്കായിട്ടു ബ്രഹ്മാവ് തന്റെ മുഖത്തുനിന്നു ബ്രാഹ്മണനെയും ബാഹുവിൽനിന്നു ക്ഷത്രിയനെയും ഊരുവിൽ നിന്നും വൈശ്യനെയും പാദത്തിൽനിന്നു ശൂദ്രനെയും സൃഷ്ടിച്ചു."

അതായത് *മനുസ്മൃതി* പ്രകാരം ചാതുർവർണ്യത്തെ സൃഷ്ടിക്കുന്നത് ബ്രഹ്മാവാണ്. ഋഗ്വേദത്തിൽ വിരാട് പുരുഷനിൽനിന്ന് സ്വയം ഉത്ഭവിക്കുന്നതായാണ് ചാതുർവർണ്യത്തെ ചിത്രീകരിച്ചിരിക്കുന്നതെങ്കിൽ ഗീതയിൽ അത് സൃഷ്ടിക്കുന്നത് ശ്രീകൃഷ്ണനാണ്. *മനുസ്മൃതി*യിലേ

ക്കെത്തുമ്പോഴാകട്ടെ മറ്റൊരു സൃഷ്ടികർത്താവുകൂടെയായിരിക്കുന്നു; അത് ബ്രഹ്മാവാണെന്ന് മാത്രം.

ഋഗ്വേദത്തിൽ ആദിപുരുഷനിൽ നിന്ന് ജനിച്ചവനാണ് വിരാട് പുരുഷനെങ്കിൽ *മനുസ്മൃതി*യിൽ അതിന് വ്യത്യസ്തമായൊരു ഭാഷ്യമാണുള്ളത്.

ദ്വിധാ കൃത്വാത് മനോ ദേഹമർദ്ധേന പുരുഷോ ഭവത്
അർദ്ധേന നാരീതസ്യാം സ വിരാദമ സൃജത് പ്രഭു:

ആ ബ്രഹ്മാവ് തന്റെ ദേഹം രണ്ടു ഭാഗമാക്കി; ഒരു പകുതി പുരുഷനും മറ്റേ പകുതി സ്ത്രീയും ആയി. പുരുഷൻ സ്ത്രീയിൽ വിരാട് പുരുഷനെ സൃഷ്ടിച്ചു.

ആ വിരാട് പുരുഷൻ തപസ്സാചരിച്ച് ആരെയാണോ സ്വയം സൃഷ്ടിച്ചത് അതാണ് മനു എന്നാണ് *മനുസ്മൃതി*യിൽ മനു സ്വയം അവകാശപ്പെടുന്നത്.

*മനുസ്മൃതി*യിൽ ബ്രഹ്മാവുതന്നെ നാലു വർണ്ണങ്ങളുടെയും കർത്തവ്യങ്ങൾ വേറെ വേറെ വിഭജിച്ചുനിശ്ചയിച്ചതായി പറയുന്നുണ്ട്.

അദ്ധ്യാപനമദ്ധ്യയതം യജനം യാജനം തഥാ
ദാനം പ്രതിഗ്രഹം ചൈവ ബ്രാഹ്മണാനാമ കല്പയത്

വേദാദ്ധ്യാപനം, വേദാദ്ധ്യയനം, യാഗം ചെയ്യൽ, യാഗം ചെയ്യിക്കൽ, ദാനം ചെയ്യൽ, ദാനം സ്വീകരിക്കൽ ഇവ ആറും ബ്രാഹ്മണരുടെ കർത്തവ്യങ്ങളാകുന്നു.

പ്രജാനാം രക്ഷണം ദാനമിജ്യാദ്ധ്യയന മേവ ച
വിഷയേഷ്വ പ്രസക്തിശ്ച ക്ഷത്രിയസ്യ സമാസത:

പ്രജാപരിപാലനം, ദാനം, യജനം, വേദാദ്ധ്യയനം ഇവയാണ് ചുരുക്കത്തിൽ ക്ഷത്രിയധർമ്മങ്ങൾ; അവർ വിഷയഭോഗങ്ങളിൽ ആസക്തരാകയുമരുത്.

പശൂനാം രക്ഷണം ദാനമിജാദ്ധ്യയന മേവ ച
വണിക് പഥം കുസീദം ച വൈശ്യസ്യ കൃഷിമേവ ച

ഗോരക്ഷ, ദാനം, യജനം, വേദാദ്ധ്യയനം, വാണിജ്യം, ധനവ്യാപാരം, കൃഷി ഇവയാണ് വൈശ്യധർമ്മങ്ങൾ (പലിശയ്ക്ക് പണം കൊടുക്കുന്ന വ്യാപാരം ആണ് കുസീദം)

ഏകമേവ തു ശുദ്രസ്യപ്രഭു: കർമ്മാസമാദിശത്
ഏതേഷാമേവ വർണ്ണാനാം ശുശൂഷാ മനസൂയയാ

ബ്രഹ്മാവ് ഒരു കർമ്മം മാത്രമാണ് ശൂദ്രന് കല്പിച്ചത്. മറ്റു മൂന്നു വർണ്ണങ്ങളിൽപ്പെട്ടവരേയും നിഷ്കപടമായി സേവിക്കുകയാണത്. വേദമഭ്യസിക്കാൻ പോലും ശൂദ്രന് അധികാരമില്ലെന്ന് ശൂദ്രന്റെ സൃഷ്ടികർത്താവായ ബ്രഹ്മാവുതന്നെ തീർച്ചപ്പെടുത്തിയിരിക്കുന്നു എന്നാണ് ഇതിൽ നിന്ന് മനസ്സിലാക്കേണ്ടത്. മാത്രവുമല്ല തുടർന്നങ്ങോട്ടുള്ള നിരവധി ശ്ലോകങ്ങളിൽ ബ്രാഹ്മണന് മഹത്ത്വമുണ്ടാകുന്നത് എങ്ങനെ എന്ന് വിവരിക്കാനും *മനുസ്മൃതി* തയ്യാറാവുന്നുണ്ട്. ലോകത്തിലുള്ള സർവ്വധ

നവും ബ്രാഹ്മണന്റെ സ്വന്തമാണ്. ബ്രാഹ്മമുഖത്തുനിന്ന് ഉത്ഭവിക്കയാൽ ശ്രേഷ്ഠനായ ബ്രാഹ്മണൻ സർവ്വവും ഗ്രഹിക്കാൻ അർഹനാകുന്നു. ഇവിടെയാണ് *മനുസ്മൃതി*യുടെ വർഗ്ഗപക്ഷപാതിത്വം വെളിവാക്കപ്പെടുന്നത്. എല്ലാ സമ്പത്തിനും ഉടമയായി ബ്രാഹ്മണനെ സ്ഥാപിച്ചു കഴിഞ്ഞാൽ പിന്നെ ബ്രാഹ്മണന്റെ ഇച്ഛയ്ക്കു വിരുദ്ധമായി പ്രവർത്തിക്കാൻ മറ്റു വർണ്ണക്കാർക്കോ അവർണ്ണർക്കോ കഴിയുകയില്ല. ഇതിനെയാണ് ലോകോത്തര നിയമമായി വിചാരധാര വിശേഷിപ്പിക്കുന്നത്.

മതവിശ്വാസത്തെയും ആത്മീയതയെയും ഉപയോഗപ്പെടുത്തി സ്വത്തുടമസ്ഥതയെ ശാശ്വതീകരിക്കാനും വർഗ്ഗവൈരുദ്ധ്യങ്ങൾ ഏറ്റുമുട്ടുന്നതിന് തടയിടാനും കഴിയും എന്ന് ചാതുർവർണ്യവ്യവസ്ഥയും അതിന്റെ ആത്മീയപരിവേഷവും വ്യക്തമാക്കുന്നു. ഇന്ത്യയിൽ ഹിന്ദുമതത്തിലെ ചാതുർവർണ്യവ്യവസ്ഥയ്ക്കോ ജാതിവ്യവസ്ഥയ്ക്കോ എതിരായി മുതലാളിത്തവളർച്ചയ്ക്കുമുമ്പ് കാര്യമായി എതിർപ്പുകളൊന്നും തന്നെ ഉയർന്നുവന്നതായി ചരിത്രം രേഖപ്പെടുത്തിയിട്ടില്ല. വന്ന എതിർപ്പുകളാവട്ടെ ആത്മീയതലത്തിലുള്ളവയായിരുന്നു. ബുദ്ധ-ജൈനമതങ്ങളുടെ ഉല്പത്തിയും ഭക്തിപ്രസ്ഥാനവുമൊക്കെ വെളിവാക്കുന്നത് അതാണ്. എന്നാൽ ഒരു പൊതു മൂല്യവ്യവസ്ഥയുണ്ടാക്കാൻ *മനുസ്മൃതി*ക്കും കഴിഞ്ഞിട്ടില്ല. അത് തീർത്തും വർണ്ണപക്ഷപാതത്തിന്റെ വ്യവസ്ഥയാണ്.

ഭരണകൂടം

***കു**ടുംബം, സ്വകാര്യസ്വത്ത്, ഭരണകൂടം എന്നിവയുടെ ഉത്ഭവം* എന്ന പുസ്തകത്തിൽ ഏംഗൽസ് ഭരണകൂടം രൂപപ്പെട്ടതെങ്ങനെയെന്ന് വ്യക്തമാക്കുന്നുണ്ട്.

> അതുകൊണ്ട് ഭരണകൂടം യാതൊരുതരത്തിലും സമുദായത്തിന്റെ മേൽ പുറമേനിന്ന് വെച്ചുകെട്ടിയ ഒരു ശക്തിയല്ല തന്നെ. ഹെഗൽ സിദ്ധാന്തിച്ചിരുന്നതുപോലെ അത് ധർമ്മ ബോധത്തിന്റെ യഥാർത്ഥ രൂപമാണ്; യുക്തിയുടെ സാക്ഷാൽക്കാരവും പ്രതിഫലനവുമാണ്' എന്നെല്ലാം പറയുന്നതിലും വലിയ അർത്ഥമൊന്നുമില്ല. നേരെമറിച്ച് സാമൂഹ്യവികാസത്തിന്റെ ഒരു പ്രത്യേകഘട്ടത്തിൽ സമുദായത്തിന്റെ ഒരു സൃഷ്ടിയാണ് ഭരണകൂടം; അഴിക്കാൻ വയ്യാത്ത അന്യോന്യവൈരുദ്ധ്യങ്ങളിൽ ആ സമുദായം സ്വയം ചെന്ന് കുടുങ്ങിയിരിക്കുന്നുവെന്ന്, സമുദായത്തിന് സ്വയം തീർക്കാൻ ശക്തിയില്ലാത്തതും കൂട്ടിയിണക്കാൻ വയ്യാത്തതുമായ വൈരങ്ങൾ സമുദായത്തെ പിളർത്തിയിരിക്കുന്നുവെന്ന്, സമ്മതിക്കലാണത്. പക്ഷേ, ഈ വൈരങ്ങൾ, എതിരായ സാമ്പത്തിക താല്പര്യങ്ങളോടുകൂടിയ വർഗ്ഗങ്ങൾ, ഫലശൂന്യമായ ഏറ്റുമുട്ടലിൽ തങ്ങളെത്തന്നെയും അതോടൊപ്പം സമുദായത്തെയും നശിപ്പിക്കാതിരിക്കാൻ, സമുദായത്തിനുപരിയാണെന്ന് പുറമേക്ക് തോന്നുന്ന ഒരു ശക്തി ഉണ്ടാകേണ്ടത് ആവശ്യമായിത്തീർന്നു. സംഘട്ടനത്തെ മയപ്പെടുത്തുകയും 'ക്രമ'ത്തിന്റെ നാലതിരുകൾക്കുള്ളിൽ അതിനെ ഒതുക്കി നിർത്തുകയുമാണ് ആ ശക്തിയുടെ ഉദ്ദേശ്യം. സമുദായത്തിൽനിന്ന് ഉത്ഭവിക്കുകയും എന്നാൽ അധികമധികം വേറിട്ടുനില്ക്കുകയും ചെയ്യുന്ന ഈ ശക്തിക്കാണ്

ഭരണകൂടമെന്ന് പറയുന്നത്.

ഭരണകൂടത്തിന്റെ ഉത്ഭവവും വളർച്ചയും സംബന്ധിച്ച ശാസ്ത്രീയവും ശരിയുമായ കാഴ്ചപ്പാടാണിത്. സമുദായത്തിൽനിന്ന് ഉത്ഭവിക്കുകയും എന്നാൽ സ്വയം സമുദായത്തിനുപരിയായി പ്രതിഷ്ഠിക്കുകയും സമുദായത്തിൽനിന്ന് അധികമധികം വേറിട്ടുനില്ക്കുകയും ചെയ്യുന്ന ഈ ശക്തി "രാജാവ്" എന്ന ഇന്ത്യൻ ഭരണകൂട രൂപത്തെ രൂപപ്പെടുത്തുന്നതിനും നിലനിർത്തുന്നതിനും ശക്തിപ്പെടുത്തുന്നതിനും എങ്ങനെയാണ് മതത്തെയും ദൈവവിശ്വാസത്തെയും ഉപയോഗപ്പെടുത്തിയിരുന്നത് എന്നത് മനസ്സിലാക്കുന്നതിന് ഉതകുന്ന ഗ്രന്ഥമാണ് *മനുസ്മൃതി.*

*മനുസ്മൃതി*യുടെ ഏഴാം അദ്ധ്യായത്തിലാണ് ഈ കാര്യങ്ങൾ വിശദീകരിക്കപ്പെട്ടിരിക്കുന്നത്.

"അരാജകേ ഹി ലോകേസ്മിൻ സർവ്വതോ വിദ്രുതേ ഭയാത്
രക്ഷാർത്ഥമസ്യ സർവ്വസ്യ രാജാന മസൃജത് പ്രഭു:"

രാജാവില്ലാത്ത ഈ ലോകത്തിൽ ആളുകൾ ഭയംമൂലം അങ്ങുമിങ്ങും പാഞ്ഞുകൊണ്ടിരുന്നപ്പോൾ സമസ്ത ചരാചരങ്ങളുടെയും രക്ഷയ്ക്കായ് കൊണ്ട് പ്രജാപതി രാജാവിനെ സൃഷ്ടിച്ചു. ബ്രഹ്മാവിനാൽ സൃഷ്ടിക്കപ്പെട്ടതാണ് രാജാവ് എന്ന് പറയുക മാത്രമല്ല രാജാവിന്റെ സൃഷ്ടിക്കായി ബ്രഹ്മാവ് ഉപയോഗിക്കുന്ന അസംസ്കൃത വസ്തുക്കൾ എന്തൊക്കെയെന്നും *മനുസ്മൃതി* വിശദീകരിക്കുന്നുണ്ട്.

ഇന്ദ്രാനിലയമർക്കാണാമഗ്സേശ്ച വരുണസ്യയ
ചന്ദ്ര വിത്തേശയോശ്ചൈവ മാത്രാ നിർഹൃത്യ ശാശ്വതീ:

ഇന്ദ്രൻ, വായു, യമൻ, അർക്കൻ, അഗ്നി, വരുണൻ, ചന്ദ്രൻ, കുബേരൻ എന്നിവരുടെ നിത്യങ്ങളായ സാരാംശങ്ങളെ ഒന്നിച്ചു ചേർത്ത് രാജാവിനെ സൃഷ്ടിച്ചു. ഇന്ദ്രാദി ദേവന്മാരുടെ അംശങ്ങളിൽ നിന്ന് നിർമ്മിതമാകയാൽ രാജാവ് വീര്യത്തിൽ സർവ്വപ്രാണികളെയും അതിശയിക്കുന്നു എന്നും തുടർന്ന് പറയുന്നുണ്ട്.

ഇങ്ങനെ ദൈവാംശങ്ങളെക്കൊണ്ട് നിർമ്മിക്കപ്പെട്ടവനാണ് രാജാവ് എന്ന് വരുത്തുന്നതിലൂടെ രാജശാസനങ്ങളൊക്കെ ദൈവശാസനങ്ങളാണ് എന്ന് ദൈവവിശ്വാസികളെക്കൊണ്ട് സമ്മതിപ്പിക്കാനും അതുവഴി രാജശാസനങ്ങളെ എതിർപ്പുകൂടാതെ അംഗീകരിപ്പിക്കാനുമാണ് *മനുസ്മൃതി* ശ്രമിക്കുന്നത്. സമൂഹത്തിൽനിന്ന് ഉയർന്നുനില്ക്കുന്ന ഒന്നായി ഭരണകൂടത്തെ സ്ഥാപിച്ചെടുക്കുന്നതിനായി ആത്മീയതയെ ദുരുപയോഗിക്കുകയാണ് *മനുസ്മൃതി* ചെയ്യുന്നത്.

തംയസ്തു ദ്വേഷ്ടി സമ്മോഹാത്സ വിനശ്യത്യസംശയം
തസ്യ ഹ്യാശു വിനാശായ രാജാ പ്രകുരുതേമന:

മൂഢതകൊണ്ട് രാജാവിനെ ദ്വേഷിക്കുന്നവൻ നാശമടയുന്നു. എന്തെന്നാൽ അവന്റെ വിനാശത്തിനായി രാജാവ് വേഗം മനസ്സുവെക്കുന്നു എന്നും *മനുസ്മൃതി* തുടർന്ന് പറയുന്നുണ്ട്. ദൈവാംശങ്ങളാൽ സൃഷ്ടി

ക്കപ്പെട്ടവനെങ്കിലും എതിർക്കുന്നവരെ പ്രത്യേകം ശ്രദ്ധിച്ച് അവസാനിപ്പിക്കുന്നവനാണ് രാജാവ് എന്ന് വ്യക്തമാക്കപ്പെട്ടിരിക്കുന്നു.

ഇങ്ങനെ ദൈവാംശമായി സൃഷ്ടിക്കപ്പെട്ട രാജാവ് സ്വത്തുടമസ്ഥതയുടെ കാര്യത്തിൽ എങ്ങനെയാണ് പരിഗണിക്കപ്പെടേണ്ടത് എന്ന് *മനുസ്മൃതി* വ്യക്തമാക്കുന്നുണ്ട്.

വിദ്വാംസ്തു ബ്രാഹ്മണോ ദൃഷ്ട്വാ പൂർവ്വോപരിഹിതം നിധിം
അശേഷതോപ്യാദദീത സർവ്വസ്യാധിപതിർഹിസ:

വിദ്വാനായ ബ്രാഹ്മണൻ, പണ്ടാരോ വെച്ച നിധി കണ്ടെത്തിയാൽ അതു മുഴുവൻ അയാൾക്ക് എടുക്കാവുന്നതാണ്; എന്തെന്നാൽ ബ്രാഹ്മണൻ സർവ്വ ധനത്തിനും നാഥനാകുന്നു. ഇതേ നിധി തന്നെ രാജാവാണ് കണ്ടെത്തുന്നതെങ്കിൽ അതിൽ പകുതി ബ്രാഹ്മണർക്ക് ദാനം ചെയ്ത് പകുതി മാത്രമേ ഭണ്ഡാരത്തിൽ മുതൽ കൂട്ടാൻ പാടുള്ളൂ എന്നാണ് *മനുസ്മൃതി* പറയുന്നത്. കണ്ടെത്തുന്ന നിധി പോലും ഇല്ലാത്തവർക്ക് കൊടുക്കാനല്ല മറിച്ച് ബ്രാഹ്മണന് കൊടുക്കാനാണ് *മനുസ്മൃതി* വിധിക്കുന്നത്.

വർണ്ണമനുസരിച്ച് ശിക്ഷയിൽ വരുന്ന മാറ്റം നോക്കു.

ശതം ബ്രാഹ്മണാമാക്രുശ്യ ക്ഷത്രിയോ ദണ്ഡമർഹതി
വൈശ്യോ പ്യർദ്ധശതം ദ്വേവാ ശുദ്രസ്തു വധമർഹതി

ബ്രാഹ്മണനെ ശകാരിക്കുന്ന ക്ഷത്രിയന് നൂറുപണം പിഴയിടണം. വൈശ്യൻ അങ്ങനെ ചെയ്താൽ നൂറ്റൻപതോ ഇരുന്നൂറോ പണം പിഴ വിധിക്കണം. ശൂദ്രനെങ്കിൽ അവനെ തല്ലണം. എന്നാൽ ഇതേ പ്രവൃത്തി ബ്രാഹ്മണൻ ചെയ്താൽ ശിക്ഷയെന്ത് എന്ന് *മനുസ്മൃതി* വ്യക്തമാക്കുന്നുണ്ട്.

പഞ്ചാഗദ് ബ്രാഹ്മണോ ദണ്ഡ്യ: ക്ഷത്രിയസ്യാഭിശംസനേ
പൈശ്യേ സ്യാദർദ്ധ പഞ്ചാശ ച്ഛുദ്രേ ദ്വാദശകോ ദമ:

ബ്രാഹ്മണൻ ക്ഷത്രിയനെ ശകാരിച്ചാൽ അൻപതുപണവും വൈശ്യനെ ശകാരിച്ചാൽ പന്ത്രണ്ടുപണവും പിഴ വിധിക്കേണ്ടതാകുന്നു.

ഇതാണ് വർണ്ണാടിസ്ഥാനത്തിൽ പക്ഷം പിടിച്ചുകൊണ്ട് *മനുസ്മൃതി*യിലെ ശിക്ഷാരീതിയുടെ പൊതു സ്ഥിതി.

ശൂദ്രനാണ് ഇതേ ക്രിയ ചെയ്യുന്നതെങ്കിൽ അതായത് ശൂദ്രൻ ബ്രാഹ്മണനെ ശകാരിച്ചാൽ അവന്റെ നാവറുത്ത് മാറ്റണമെന്നും ഇതേ *മനുസ്മൃതി* തന്നെ വിധിക്കുന്നുണ്ട്. ഉന്നതജാതീയന്റെ ഒപ്പമിരിക്കാൻ കൊതിക്കുന്ന നീച ജാതീയനെ ഇരുമ്പു പഴുപ്പിച്ച് ചൂടുവെച്ച് നാടുകടത്തണം എന്നാണ് *മനുസ്മൃതി* പറഞ്ഞിരിക്കുന്നത്.

ശൂദ്രം തുകാരയേദ് ദാസ്യം ക്രീതമക്രീത മേവ വാ
ദാസ്യായൈവ ഹിസൃഷ്ടാ സൗ ബ്രാഹ്മണസ്യ സ്വയം ഭൂവാ

കൂലി കൊടുത്തോ കൊടുക്കാതെയോ ശൂദ്രനെക്കൊണ്ട് ദാസ്യവേല ചെയ്യിക്കണം; എന്തെന്നാൽ ബ്രാഹ്മണന്റെ ദാസ്യവേലയ്ക്കായിട്ടാണ് ശൂദ്രനെ ബ്രഹ്മാവ് സൃഷ്ടിച്ചത് എന്ന് പറയുന്ന *മനുസ്മൃതി* ശൂദ്രന്

ദാസ്യത്തിൽനിന്ന് മോചനമില്ലെന്നും വ്യക്തമാക്കുന്നുണ്ട്. ഉടമ ശൂദ്രനെ ദാസ്യത്തിൽനിന്ന് വിടർത്തിയാലും ശൂദ്രനിൽ നിന്ന് ദാസ്യം വിട്ടു പോവുകയില്ല. അതവന്റെ സ്വഭാവസിദ്ധമാണ്. അതവരിൽനിന്ന് നീക്കാൻ ആർക്കു കഴിയും? എന്നാണ് *മനുസ്മൃതി* പറഞ്ഞിരിക്കുന്നത്. പോരിൽ തടവുകാരായി പിടിക്കപ്പെട്ടവർ, ആഹാരത്തിന് വേണ്ടി വേല ചെയ്യുന്നവർ, ദാസീപുത്രൻ, വിലയ്ക്കുവാങ്ങപ്പെട്ടവർ, അന്യനാൽ നല്കപ്പെട്ടവർ, പിത്രാദിക്രമേണ കിട്ടിയവർ, കടം തീർക്കൽ വേലയിൽ ഏർപ്പെട്ടവർ എന്നിങ്ങനെ ഏഴുതരത്തിലുള്ള ദാസന്മാരുണ്ടെന്ന് പറയുന്ന *മനുസ്മൃതി* ഇവർക്കൊന്നും തന്നെ ധനം നേടാൻ അവകാശമില്ലെന്നും അഥവാ നേടിയാൽത്തന്നെ അത് അവരുടെ ഉടമകളുടേതാണെന്നും വ്യക്തമാക്കുന്നു. ഈ വഴിക്ക് ശൂദ്രൻ ധനം നേടിയാൽ അത് എടുക്കാൻ ബ്രാഹ്മണന് അധികാരം നല്കുകയും ചെയ്തിരിക്കുന്നു.

ഇതിന് ശേഷമുള്ള ശ്ലോകമാണ് *മനുസ്മൃതി*യുടെ വർഗ്ഗസ്വഭാവം പൂർണ്ണമായി വ്യക്തമാക്കുന്നത് ചാതുർവർണ്യ വ്യവസ്ഥയിൽ അദ്ധ്വാനിക്കുന്ന രണ്ടു വർഗ്ഗങ്ങൾ വൈശ്യനും ശൂദ്രനുമാണ്.

വൈശ്യശൂദ്രൗ പ്രയത്നേന സ്വാതികർമ്മാണി കാരയേത്
തൗഹിച്യുതന സ്വകർമ്മദ്യ: ക്ഷോഭയേദാമിദം ജഗത്

വൈശ്യനേയും ശൂദ്രനേയും രാജാവ് നിർബ്ബന്ധപൂർവ്വം അവരുടെ തൊഴിലുകൾ ചെയ്യിക്കണം, എന്തെന്നാൽ അവർ തങ്ങളുടെ തൊഴിൽ വെടിഞ്ഞാൽ ഈ ലോകത്തെ വിറപ്പിക്കും. അന്യമാർഗ്ഗങ്ങളിൽക്കൂടി ധനം നേടി മദം പൂണ്ട് അവർ മറ്റുള്ളവരെ ധിക്കരിക്കും. പോരെങ്കിൽ അവരുടെ പ്രയത്നഫലം കൊണ്ടാണല്ലോ മറ്റുള്ളവർ കഴിയുന്നതും. മാർക്സ് മിച്ചമൂല്യ സിദ്ധാന്തത്തിലൂടെ വെളിവാക്കിയ ചൂഷണത്തിന്റെ ലഘുരൂപമാണ് ഈ ശ്ലോകത്തിലൂടെ പുറത്തുവന്നിരിക്കുന്നത്. അദ്ധ്വാനിക്കുന്ന ജനതയാണ് എല്ലാം ഉല്പാദിപ്പിക്കുന്നതെന്നും മറ്റുള്ളവർ ഇത്തിക്കണ്ണി വർഗ്ഗമാണെന്നും ഇത് വ്യക്തമാക്കുന്നു. ആ ചൂഷകവർഗ്ഗത്തിന്റെ താല്പര്യം സംരക്ഷിക്കുന്നതിനുവേണ്ടി ചൂഷിതനെ അടക്കിനിർത്തലാണ് രാജാവിന്റെ കടമ എന്നാണ് ഈ ശ്ലോകം വ്യക്തമാക്കിയിരിക്കുന്നത്. ഭരണകൂടത്തെ കുറിച്ചുള്ള മാർക്സിസ്റ്റ് കാഴ്ചപ്പാട് തീർത്തും ശരിയാണെന്ന് വ്യക്തമാക്കുന്നതാണ് *മനുസ്മൃതി*യിലെ ഈ ശ്ലോകം. പക്ഷേ, ഭരണകൂടത്തിന് ദേശീയതാബോധം അങ്കുരിപ്പിക്കാനാവില്ല.

നാട്ടുരാജ്യം

***അ**ദ്ധ്യാത്മരാമായണ*ത്തിൽ ശ്രീരാമൻ അയോദ്ധ്യയിൽനിന്ന് വനവാസത്തിന് പോകുന്നത് വിവരിച്ചിട്ടുണ്ട്. ഒരു പകൽ സമയത്താണ് അയോദ്ധ്യയിൽനിന്ന് പുറപ്പെടുന്നത്. വൈകിട്ട് തമസാനദിയുടെ തീരത്ത് എത്തിച്ചേരുന്നു.

ശ്രീരാമനും തമസാനദി തന്നുടെ
തീരം ഗമിച്ചു വസിച്ചു നിശാമുഖേ
പാനീയമാത്രമുപജീവനം ചെയ്തു
ജാനകിയോടും നിരാഹാരനായൊരു
വൃക്ഷമൂലേ ശയനം ചെയ്തുറങ്ങിനാൻ

എന്നാണ് എഴുത്തച്ഛൻ അയോദ്ധ്യാകാണ്ഡത്തിൽ പറഞ്ഞിരിക്കുന്നത്. കാൽനടയായി തന്നെ പിന്തുടരുന്ന അയോദ്ധ്യാവാസികൾ സൂര്യനുദിച്ചാൽ തന്റെ കൂടെ വരുമെന്നു മനസ്സിലാക്കിയ ശ്രീരാമൻ സൂര്യോദയത്തിനു മുമ്പുതന്നെ ഉറക്കമുണർന്ന് അവിടെനിന്ന് ഗംഗാതടത്തിലേക്ക് യാത്രയാവുന്നുണ്ട്. ജനങ്ങൾ ഉണർന്നു നോക്കുമ്പോൾ ശ്രീരാമനെ കാണാത്തതിനാൽ അവർ തിരിച്ചു പോകുന്നു.

മംഗല ദേവതാ വല്ലഭൻ രാഘവൻ
ഗംഗാതടം പുക്കുജാനകി തന്നോടും
മംഗല സ്നാനവും ചെയ്തു സഹാനുജം
ശൃംഗിവേരാ വിദൂരേമരുവീടിനാൻ

ഗംഗാതടത്തിലെത്തിയ ശ്രീരാമൻ കുളിച്ച് വൃത്തിയായി ഭാര്യ സീതയോടും അനുജൻ ലക്ഷ്മണനോടുമൊത്ത് അവിടെ കഴിയുമ്പോൾ നൈഷാദ രാജ്യത്തെ രാജാവും ശ്രീരാമന്റെ ചങ്ങാതിയുമായ ഗുഹൻ ശ്രീരാമനെ കാണുന്നതിനായി അവിടേക്ക് വരുന്നു.

നൈഷാദമായുള്ള രാജ്യമിതുമൊരു
ദൂഷണ ഹീന മധീനമല്ലോ തവ

എന്നാണ് ശ്രീരാമനോട് അദ്ദേഹം അപ്പോൾ കഴിയുന്ന രാജ്യത്തിന്റെ രാജാവായ ഗുഹൻ പറയുന്നത്. ഈ രാമായണ ഭാഗം ഇവിടെ ഉദ്ധരിച്ചത് അയോദ്ധ്യയിൽനിന്ന് ഒരു പകൽ സമയം കാൽനടയായി സഞ്ചരിച്ചാൽ തമസാനദീതീരത്തും അവിടെനിന്ന് സൂര്യോദയത്തിനുമുമ്പ് രഥയാത്ര നടത്തിയാൽ അന്നുതന്നെ ഗംഗാതീരത്തുള്ള നൈഷാദരാജ്യത്തും എത്താമെന്ന് വ്യക്തമാക്കുന്നതിന് വേണ്ടിയാണ്. അതായത് ദശരഥൻ ഭരിച്ചിരുന്ന അയോദ്ധ്യയുടെ തലസ്ഥാനത്തുനിന്ന് ഒന്നൊന്നര ദിവസം കാൽനടയായും രഥത്തിലും യാത്രചെയ്താൽ രാജ്യാതിർത്തി കടന്ന് മറ്റൊരു രാജ്യത്ത് എത്തിച്ചേരും എന്നാണ് *രാമായണം* തന്നെ വ്യക്തമാക്കുന്നത്. അതായത് പഴയതിരുവിതാംകൂറിന്റേയോ അതിൽ താഴെയോ വിസ്തീർണ്ണം മാത്രമുള്ള ചെറിയൊരു നാട്ടുരാജ്യം മാത്രമായിരുന്നു അയോദ്ധ്യ എന്നാണ് രാമായണം പറയുന്നത്.

കാർഷിക സമ്പദ് വ്യവസ്ഥയെന്നോ നാട്ടുവാഴിത്തമെന്നോ വിളിക്കാവുന്ന അന്നത്തെ കാലത്ത് അതിലും വിസ്തൃതമായ ഒരു രാജ്യത്തെക്കുറിച്ച് സങ്കല്പിക്കാൻ പോലുമാവില്ല. ഇതാണ് രാമരാജ്യം. എന്തുതന്നെയായാലും അത് ഇന്ത്യയാകെ പരന്നു കിടക്കുന്ന ഒന്നായിരുന്നില്ല. ഈ രാമരാജ്യമെന്ന നാട്ടുരാജ്യത്തെവച്ച് ഇന്ത്യൻ ദേശീയതയെക്കുറിച്ചും സാംസ്കാരികദേശീയതയെക്കുറിച്ചും ഒക്കെ വ്യാഖ്യാനങ്ങൾ ചമയ്ക്കാനും അത് ബലം പ്രയോഗിച്ച് അടിച്ചേല്പിക്കാനും ഉള്ള ശ്രമങ്ങളാണ് ഇപ്പോൾ നടന്നുകൊണ്ടിരിക്കുന്നത്. അതുകൊണ്ടുതന്നെ എന്താണ് ദേശീയതയെന്നും മുതലാളിത്ത സമ്പദ്വ്യവസ്ഥയുടെ വളർച്ച ദേശീയതയും ദേശരാഷ്ട്രങ്ങളും രൂപപ്പെടുത്തുന്നതിൽ എന്ത് പങ്കാണ് നിർവ്വഹിച്ചത് എന്നും വിലയിരുത്തേണ്ടത് ആവശ്യമായി വന്നിരിക്കുന്നു.

'Nationality'എന്ന ഇംഗ്ലീഷ് പദത്തിന് ദേശീയത എന്നാണ് മലയാള പരിഭാഷയെങ്കിൽ 'nation'എന്നതിന് ദേശീയതയെക്കുറിച്ച് യാതൊരു സൂചനയും നല്കാത്ത 'രാഷ്ട്രം'എന്ന പദമാണ് പരിഭാഷയായി ഉപയോഗിച്ചു വരുന്നത്. രാഷ്ട്രത്തിന് രാജ്യം എന്ന അർത്ഥവുമുണ്ട്. ഇത് സാധാരണക്കാരായ വായനക്കാർക്ക് അവ്യക്തത ഉണ്ടാക്കും എന്നതിനാൽ ഈ ലേഖനത്തിൽ രാഷ്ട്രം എന്ന പദം പ്രയോഗിക്കുന്നത് ദേശീയതയുടെ അടിസ്ഥാനത്തിൽ രൂപംകൊണ്ട രാഷ്ട്രം എന്ന അർത്ഥത്തിലാണെന്ന് വ്യക്തമാക്കിക്കൊള്ളുന്നു.

മാർക്സിയൻ കാഴ്ചപ്പാടിൽ രാഷ്ട്രം രൂപംകൊള്ളുന്നതിനെക്കുറിച്ചും അതിന്റെ നിർവ്വചനത്തെക്കുറിച്ചും ഏറ്റവും ലളിതമായി വിശദീകരിച്ചിട്ടുള്ളത് സ്റ്റാലിനാണ്. സ്റ്റാലിൻ എന്നു കേൾക്കുമ്പോൾ ഹിറ്റ്ലറേക്കാൾ ക്രൂരനായ ഒരു ഭരണാധികാരിയായിട്ടാണിന്ന് നവലിബറൽ ചരിത്രകാരന്മാരും കുത്തക മാധ്യമങ്ങളുമൊക്കെ ചിത്രീകരിക്കുന്നത്. ലോകമാകെ വിഴുങ്ങാൻ വന്ന ഫാസിസത്തെ സ്വന്തം രാജ്യത്തെ ജനങ്ങളെ അണിനി

രത്തിക്കൊണ്ട് പരാജയപ്പെടുത്തിയത് യു എസ് എസ് ആറിലെ കമ്യൂണിസ്റ്റ് പാർട്ടിയും അതിന് നേതൃത്വം കൊടുത്ത സ്റ്റാലിനുമായിരുന്നു. ഇതിനർത്ഥം സ്റ്റാലിന്റെ ഭരണകാലത്ത് വീഴ്ചകൾ ഉണ്ടായിട്ടില്ലെന്നല്ല. സ്റ്റാലിന്റെ കാലത്തെ ശരിയെയും തെറ്റിനെയും വിലയിരുത്തി സമതുലിതമായ ഒരു നിലപാടാണ് സി പി ഐ (എം) എടുത്തിട്ടുള്ളത് എന്ന് മാത്രം സൂചിപ്പിച്ചുകൊണ്ട് ദേശീയതയെക്കുറിച്ചുള്ള സ്റ്റാലിന്റെ വിലയിരുത്തലിലേക്ക് കടക്കട്ടെ.

മാർക്സിസവും ദേശീയതയും എന്ന ഒരു ലഘുഗ്രന്ഥത്തിലാണ് സ്റ്റാലിൻ എങ്ങനെയാണ് ദേശീയതയുടെ അടിസ്ഥാനത്തിൽ രാഷ്ട്രം (nation) രൂപംകൊണ്ടത് എന്ന് വിശദീകരിച്ചിരിക്കുന്നത്.

എന്താണ് രാഷ്ട്രം

ഒരു രാഷ്ട്രമെന്നാൽ പ്രാഥമികമായും അതൊരു സമൂഹമാണ്; നിയതമായ സ്വഭാവമുള്ള ജനങ്ങളുള്ള ഒരു സമൂഹമാണ്.

ഈ സമൂഹം എന്നത് വംശീയമോ ഗോത്രപരമോ ആയ ഒന്നല്ല. ആധുനിക ഇറ്റാലിയൻ രാഷ്ട്രം രൂപംകൊണ്ടത് റോമാക്കാരിൽ നിന്നും ട്യൂട്ടൺമാരിൽനിന്നും എട്രൂസൻമാരിൽനിന്നും ഗ്രീക്കുകാരിൽനിന്നും അറബികളിൽനിന്നും ഒക്കെയാണ്. ഫ്രഞ്ച് രാഷ്ട്രം പിറന്നതാകട്ടെ ഗൗൾസിൽനിന്നും റോമാക്കാരിൽനിന്നും ബ്രിട്ടീഷുകാരിൽനിന്നും ട്യൂട്ടൺമാരിൽനിന്നും ഒക്കെയാണ്. അതുപോലെ ബ്രിട്ടീഷുകാരും ജർമ്മനിക്കാരും മറ്റുള്ളവരും ഒക്കെ രാഷ്ട്രങ്ങളായി രൂപംകൊണ്ടത് വ്യത്യസ്തങ്ങളായ ഗോത്രങ്ങളിലും വംശങ്ങളിലുംപെട്ട ജനങ്ങളിൽ നിന്നാണ്.

അതായത് രാഷ്ട്രമെന്നത് വംശീയമോ ഗോത്രപരമോ അല്ല; എന്നാൽ അത് ചരിത്രപരമായി രൂപംകൊണ്ട ഒരു ജനസമൂഹമാണ്.

മറുഭാഗത്താവട്ടെ സൈർസിന്റെയും അലക്സാണ്ടറുടെയും ഒക്കെ മഹത്തായ സാമ്രാജ്യങ്ങൾ ചരിത്രപരമായി രൂപംകൊണ്ടവയും വിവിധ വംശങ്ങളെയും ഗോത്രങ്ങളെയും ഒക്കെ ഉൾക്കൊള്ളുന്നവയും ആണെങ്കിലും അവയൊന്നും രാഷ്ട്രങ്ങളെന്ന് വിളിക്കപ്പെടാൻ അർഹതയില്ലാത്തവയാണെന്നതും തർക്ക രഹിതമായ കാര്യമാണ്. അവയൊന്നും രാഷ്ട്രങ്ങളല്ല; എന്നാൽ അവയെല്ലാം ഒരു ദിഗ്വിജയിയുടെ വിജയത്തിന്റെയോ പരാജയത്തിന്റെയോ ഫല

മായി കൂട്ടിച്ചേർക്കപ്പെടുകയോ വെട്ടിമാറ്റപ്പെടുകയോ ചെയ്യപ്പെട്ട താല്ക്കാലികവും ശ്ലഥബന്ധിതവുമായ ജനവിഭാഗങ്ങളുടെ സമുച്ചയങ്ങൾ മാത്രമാണ്.

അതായത് രാഷ്ട്രമെന്നത് താല്ക്കാലികമോ അല്പായുസ്സോ ആയ സമുച്ചയമല്ല; മറിച്ച് ജനങ്ങളുടെ ഒരു സുസ്ഥിരസമൂഹമാണ്.

എന്നാൽ, എല്ലാ സുസ്ഥിരസമൂഹങ്ങളും രാഷ്ട്രമല്ല. ആസ്ട്രിയയും റഷ്യയുമൊക്കെ സുസ്ഥിര സമൂഹങ്ങളാണ്. എന്നാൽ ഒരാളും അവയെ രാഷ്ട്രങ്ങൾ എന്ന് വിളിക്കുന്നില്ല. ഒരു ദേശീയ സമൂഹത്തെയും ഒരു രാജ്യാധിഷ്ഠിത സമൂഹത്തെയും വേർതിരിക്കുന്നതെന്താണ്? ഒരു ദേശീയസമൂഹത്തെ നമുക്കൊരു പൊതുഭാഷയില്ലാതെ സങ്കല്പിക്കാനാവില്ല; എന്നാൽ ഒരു രാജ്യത്തിന് ഒരു പൊതുഭാഷ ഉണ്ടായിക്കൊള്ളണമെന്നില്ല. ആസ്ട്രിയയിൽ ചെക്ക് ദേശീയതയും റഷ്യയിലെ പോളിഷ് ദേശീയതയും അവയ്ക്കൊരു പൊതു ഭാഷയില്ലാത്ത പക്ഷം അസാദ്ധ്യമാണ്. എന്നാൽ റഷ്യയുടെയോ ആസ്ട്രിയയുടെയോ സമഗ്രത അതിന്റെ അതിർത്തിക്കുള്ളിൽ നിരവധി വ്യത്യസ്ത ഭാഷകൾ ഉണ്ടെന്ന വസ്തുതയാൽ ബാധിക്കുന്നുമില്ല. നാമിവിടെ പരാമർശിക്കുന്നത് ജനങ്ങളുടെ സംസാരഭാഷകളെയാണ്; അല്ലാതെ സർക്കാരുകളുടെ ഔദ്യോഗിക ഭാഷയെയല്ല.

അതായത് രാഷ്ട്രത്തിന്റെ സവിശേഷമായ ഒരു പ്രത്യേകതയാണ് പൊതുവായ ഒരു ഭാഷ എന്നത്.

തീർച്ചയായും ഇതിന് അർത്ഥം വ്യത്യസ്തങ്ങളായ രാഷ്ട്രങ്ങളെന്നാൽ അവയെല്ലാം വ്യത്യസ്തങ്ങളായ ഭാഷകൾ സംസാരിക്കുന്നവയാണെന്നോ ഒരു ഭാഷ സംസാരിക്കുന്നവരെല്ലാം ഒരേ രാഷ്ട്രത്തിൽ വരുന്നുവെന്നോ അല്ല. ഓരോ രാഷ്ട്രത്തിനും പൊതുവായ ഒരു ഭാഷയുണ്ടായിരിക്കണം. എന്നാൽ, വ്യത്യസ്ത രാഷ്ട്രങ്ങൾക്ക് എല്ലാം വ്യത്യസ്തങ്ങളായ ഭാഷകൾ ഉണ്ടായിരിക്കണം എന്നില്ല. ഒരു രാഷ്ട്രത്തിനും ഒരേ സമയം നിരവധി ഭാഷകൾ സംസാരിക്കാനാവില്ല; എന്നാൽ ഇതിനർത്ഥം ഒരേ ഭാഷകൾ സംസാരിക്കുന്ന രണ്ടു രാഷ്ട്രങ്ങൾ ഉണ്ടാവാൻ പാടില്ലെന്നല്ല. ഇംഗ്ലീഷുകാരും അമേരിക്കക്കാരും സംസാരിക്കുന്നത് ഒരു ഭാഷയാണ്; എന്നാൽ അവർ ഒരു രാഷ്ട്രക്കാരല്ല. നോർവീജിയക്കാരേയും ഡേൻസുകാരേയും ഇംഗ്ലീഷുകാരേയും ഐറിഷുകാരേയും സംബന്ധിച്ചും ഇത് ശരിയാണ്.

എന്നാൽ, ഉദാഹരണത്തിന് ഒരേ ഭാഷയായിരുന്നിട്ടും ഇംഗ്ലീഷുകാരും അമേരിക്കക്കാരും ഒരേ രാഷ്ട്രത്തിൽ വരാതിരിക്കുന്നത്

എന്തുകൊണ്ടാണ്?

ഒന്നാമതായി അവർ ഒരുമിച്ചല്ല ജീവിക്കുന്നത്; ജീവിക്കുന്നത് വ്യത്യസ്തങ്ങളായ ഭൂപ്രദേശങ്ങളിലാണ്. ഒരു രാഷ്ട്രം രൂപംകൊള്ളുന്നത് ജനങ്ങൾ തലമുറകളായി ഒരുമിച്ചു ജീവിക്കുകയും ദീർഘകാലമായി വ്യവസ്ഥാപിതമായി ഇടപഴകുകയും ചെയ്യുന്നതിന്റെ ഫലമായാണ്.

ഒരു പൊതുവായ ഭൂപ്രദേശമില്ലെങ്കിൽ ദീർഘകാലത്തേക്ക് ജനങ്ങൾക്ക് ഒരുമിച്ച് ജീവിക്കാനാവില്ല. ഇംഗ്ലീഷുകാരും അമേരിക്കക്കാരും യഥാർത്ഥത്തിൽ ഇംഗ്ലണ്ട് എന്ന ഭൂപ്രദേശത്ത് ജീവിച്ചു വന്നിരുന്നവരാണ്. അന്ന് അവർ ഒരു രാഷ്ട്രത്തിൽ ആയിരുന്നു. പിന്നീട് ഇംഗ്ലീഷുകാരിൽ ഒരു വിഭാഗം ഇംഗ്ലണ്ട് വിട്ട് അമേരിക്കയെന്ന പുതിയ ഭൂപ്രദേശത്തേക്ക് കുടിയേറി. പിന്നീട് അവിടെ ആ പുതിയ ഭൂപ്രദേശത്തിൽ കാലാന്തരത്തിൽ അവർ ഒരു പുതിയ രാഷ്ട്രം രൂപീകരിച്ചു. ഭൂപ്രദേശത്തിന്റെ വ്യത്യസ്തത, വ്യത്യസ്തങ്ങളായ രാഷ്ട്രങ്ങളുടെ രൂപീകരണത്തിലേക്ക് വഴി തെളിയിച്ചിട്ടുണ്ട്.

അതായത് പൊതുവായ ഒരു ഭൂപ്രദേശം എന്നത് രാഷ്ട്രത്തിന്റെ സവിശേഷമായ ഒരു പ്രത്യേകതയാകുന്നു.

എന്നാൽ ഇതുകൊണ്ട് എല്ലാമായില്ല. പൊതുവായ ഭൂപ്രദേശമുണ്ടെന്നതുകൊണ്ടുമാത്രം ഒരു രാഷ്ട്രം നിർമ്മിക്കാനാവില്ല. അതുണ്ടാവണമെങ്കിൽ രാഷ്ട്രത്തിന്റെ വിവിധ ഭാഗങ്ങളെ ഒന്നായി വിളക്കിച്ചേർക്കാവുന്ന ആഭ്യന്തരമായ ഒരു സാമ്പത്തികബന്ധം ആവശ്യമാണ്. അങ്ങനെയൊന്ന് ഇംഗ്ലണ്ടും അമേരിക്കയും തമ്മിൽ ഇല്ലാത്തതിനാലാണ് അവ വ്യത്യസ്തങ്ങളായ രണ്ടു രാഷ്ട്രങ്ങളായി നിലകൊള്ളുന്നത്. എന്നാൽ അമേരിക്കക്കാർപോലും ഒരു രാഷ്ട്രം എന്ന് വിളിക്കപ്പെടാൻ അർഹരല്ല; എന്തുകൊണ്ടെന്നാൽ അവർക്കിടയിൽ നിലനില്ക്കുന്ന തൊഴിൽ വിഭജനംമൂലവും വിനിമയ സംവിധാനങ്ങളുടെ വികസനം മൂലവും മറ്റും അമേരിക്കയുടെ വിവിധ ഭാഗങ്ങൾക്ക് സാമ്പത്തികമായ അഖണ്ഡതയിലേക്ക് എത്തിച്ചേരാനായിട്ടില്ല.

ജോർജിയക്കാരുടെ ഉദാഹരണമെടുക്കുക. നവീകരണത്തിനുമുമ്പ് ജോർജിയക്കാർ ഒരു പൊതുവായ ഭൂപ്രദേശത്തിൽ പൊതുവായൊരു ഭാഷ സംസാരിച്ച് ജീവിച്ചു വന്നിരുന്നവരാണ്. എന്നിട്ടും കൃത്യമായി പറഞ്ഞാൽ അവർ ഒരു രാഷ്ട്രമായി മാറിക്കഴിഞ്ഞിരുന്നില്ല. പരസ്പരബന്ധമില്ലാത്ത നിരവധി നാട്ടുരാജ്യങ്ങളായി കഴിഞ്ഞിരുന്നതിനാൽ അവർക്ക് പൊതുവായ ഒരു സാമ്പത്തിക

ജീവിതം പങ്കുവെക്കാനായിരുന്നില്ല. നൂറ്റാണ്ടുകളായി അവർ അന്യോന്യം യുദ്ധം ചെയ്യുകയും കൊള്ളയടിക്കുകയും ചെയ്യുന്നതിന് പുറമെ പേർഷ്യക്കാരെയും തുർക്കികളെയും ശത്രുക്കൾക്കെതിരായി പോരാടുന്നതിന് പ്രേരിപ്പിക്കുകയും ചെയ്തിരുന്നു. വിജയിയായ ഏതെങ്കിലുമൊരു രാജാവിന്റെ പ്രവൃത്തികൾമൂലം നാട്ടുരാജ്യങ്ങളെ താല്ക്കാലികവും ക്ഷണികവുമായ വിധത്തിൽ ചിലപ്പോഴൊക്കെ കൂട്ടിയോജിപ്പിക്കുകവഴി ഭരണതലത്തിൽ ഉപരിപ്ലവമായ വിധത്തിൽ ചില യോജിപ്പിക്കലുകൾ ഉണ്ടാവാറുണ്ടെങ്കിലും അവയൊക്കെത്തന്നെ ഏതെങ്കിലും രാജകുമാരന്റെ മനശ്ചാഞ്ചല്യംകൊണ്ടോ കർഷകരുടെ താല്പര്യ കുറവുകൊണ്ടോ തകർന്നു പോകുമായിരുന്നു. അങ്ങനെ സാമ്പത്തികമായി ഭിന്നിച്ചു നിന്നിരുന്ന ജോർജിയ പത്തൊൻപതാംനൂറ്റാണ്ടിന്റെ അവസാന പകുതിയിൽ യാത്രയാണ് ഒരു രാഷ്ട്രമായി രംഗത്തു വരുന്നത്. അടിമത്തം തകരുകയും രാജ്യത്തിന്റെ സാമ്പത്തികജീവിതത്തിൽ വളർച്ചയുണ്ടാവുകയും വാർത്താവിനിമയസൗകര്യങ്ങൾ വികസിക്കുകയും മുതലാളിത്തം വളരുകയും ചെയ്തതോടെ ജോർജിയയുടെ വിവിധ ജില്ലകളിൽ തൊഴിൽ വിഭജനം ഏർപ്പെടുത്തുകയും നാട്ടുരാജ്യങ്ങളായി ഒറ്റപ്പെട്ടുകിടന്നിരുന്ന സാമ്പത്തികസ്ഥിതി മാറുകയും അവയെല്ലാം ഒന്നായിത്തീരുകയു ചെയ്തു.

ഫ്യൂഡൽ കാലഘട്ടത്തിലൂടെ കടന്നുവരികയും മുതലാളിത്തം വികസിതമാവുകയും ചെയ്യുന്നതിലൂടെ കടന്നുപോയ എല്ലാ രാഷ്ട്രങ്ങളിലും സംഭവിച്ചത് ഇതുതന്നെയാണ്.

അങ്ങനെ പൊതുവായ സാമ്പത്തിക ജീവിതം മാത്രമല്ല സാമ്പത്തികമായ പരസ്പരാശ്രിതത്വവും രാഷ്ട്രം എന്നതിന്റെ സവിശേഷമായ പ്രത്യേകതയാണ്.

എന്നാൽ ഇതുകൊണ്ടു മാത്രം എല്ലാമായില്ല. മുമ്പു പറഞ്ഞവയെ കൂടാതെ ഒരു രാഷ്ട്രമായി മാറിത്തീരുന്ന ജനതയുടെ നിശ്ചിതമായ ആത്മപ്രകൃതത്തെക്കുറിച്ചും കണക്കിലെടുക്കേണ്ടതുണ്ട്. രാഷ്ട്രങ്ങൾ അവയുടെ ജീവിത പരിതഃസ്ഥിതിയിൽ മാത്രമല്ല വ്യത്യസ്തമായിരിക്കുന്നത്; അവയുടെ ആത്മപ്രകൃതത്തിൽ കൂടിയാണ്. ദേശീയമായ സംസ്കാരത്തിന്റെ സവിശേഷതകളിലൂടെയാണത് പ്രകടിതമാകുന്നത്. ഇംഗ്ലണ്ടും അമേരിക്കയും അയർലണ്ടും ഒരേ ഭാഷ സംസാരിക്കുന്നവരാണ്; എന്നിട്ടും അവ വ്യത്യസ്തമായ രാഷ്ട്രങ്ങളായി രൂപീകരിക്കപ്പെട്ടിരിക്കുന്നു. സമാനങ്ങളല്ലാത്ത അസ്തിത്വവ്യവസ്ഥകളുടെ ഫലമായി തലമുറകളായി വികസിപ്പിച്ചെടുത്ത സവിശേഷമായ മാനസികാവസ്ഥയുടെ ഫലമായാണിങ്ങനെ സംഭവിച്ചത്.

മാനസികാവസ്ഥ അല്ലെങ്കിൽ 'ദേശീയ സ്വഭാവം'എന്നത് തീർച്ച യായും ഒരു നിരീക്ഷകനെ സംബന്ധിച്ചിടത്തോളം അസ്പഷ്ട മാണ്; എന്നാൽ ദേശത്തിന് പൊതുവായ ഒരു സവിശേഷ സംസ് കാരമായി അത് പ്രകടമാകുന്നിടത്തോളം അത് സ്പഷ്ടവും അവ ഗണിക്കാനാവാത്തതുമാണ്.

'ദേശീയ സ്വഭാവം'എന്നത് എക്കാലത്തേയും സ്ഥിരമായ ഒന്നാ ണെന്ന് പറയേണ്ടതില്ല; അത് ജീവിതപരിതഃസ്ഥിതികൾക്കൊത്ത് പരിഷ്കരിക്കപ്പെട്ടുക്കൊണ്ടിരിക്കും; എന്നാൽ ഒരു നിശ്ചിത സമയത്ത് നിശ്ചിതമായ രീതിയിൽ അത് നിലനില്ക്കുന്നവെന്ന തിനാൽ രാഷ്ട്രത്തിന്റെ മുഖലക്ഷണത്തിൽ അത് അതിന്റേതായ മുദ്ര പതിപ്പിച്ചിരിക്കും.

അങ്ങനെ പൊതുവായ സംസ്കാരത്തിൽ പ്രകടിതമാവുന്ന പൊതു മാനസികാവബോധനിർമ്മിതി രാഷ്ട്രത്തിന്റെ സവിശേഷമായ പ്രത്യേകതകളിൽ ഒന്നായിരിക്കുന്നു.

നമ്മൾ ഇപ്പോൾ രാഷ്ട്രത്തിന്റെ സവിശേഷമായ പ്രത്യേകതകളെ ക്കുറിച്ച് പൂർണ്ണമായി ചർച്ച ചെയ്ത് കഴിഞ്ഞിരിക്കുന്നു.

പൊതുവായ ഭാഷയുടെയും ഭൂപ്രദേശത്തിന്റെയും സാമ്പത്തിക ജീവിതത്തിന്റെയും പൊതു സംസ്കാരത്തിൽ പ്രകടിതമാവുന്ന മാനസികാവബോധനിർമ്മിതിയുടെയും അടിസ്ഥാനത്തിൽ സുസ്ഥിരമാക്കപ്പെട്ടതും ചരിത്രപരമായി സ്ഥാപിതവുമായ ജനങ്ങ ളുടെ സുസ്ഥിരമായ സമൂഹമാണ് രാഷ്ട്രം.

സ്റ്റാലിൻ

ഹിന്ദുക്കൾ ഒരു രാഷ്ട്രം

എന്താണ് രാഷ്ട്രം എന്നതിന്റെ ക്ലാസിക്കലായ നിർവ്വചനമാണിത്. രാഷ്ട്രം രൂപംകൊള്ളുന്നതെങ്ങനെ എന്ന് അതിന്റെ വ്യത്യസ്തഘടകങ്ങൾ ഓരോന്നും എടുത്ത് പരിശോധിച്ച് കാര്യകാരണ സഹിതം വായനക്കാരെ ബോദ്ധ്യപ്പെടുത്തിയാണ് ഈ നിർവ്വചനത്തിലേക്ക് സ്റ്റാലിൻ എത്തുന്നത് അതനുസരിച്ച്

1. ഒരു രാഷ്ട്രമെന്നത് പ്രാഥമികമായും ഒരു സമൂഹമാണ്; നിയത സ്വഭാവമുള്ള ജനസമൂഹം.
2. അതാവട്ടെ വംശീയമോ ഗോത്രപരമോ ആയി രൂപംകൊണ്ടതല്ല മറിച്ച് ചരിത്രപരമായി രൂപംകൊണ്ടതാണ്.
3. ചരിത്രപരമായി രൂപംകൊണ്ട ഈ സമൂഹം താല്ക്കാലികമോ അല്പായുസ്സോ ആയ ഒരു സമുച്ചയമല്ല. മറിച്ച് അത് സുസ്ഥിരമായ സ്വഭാവമുള്ള ഒന്നാണ്.
4. അതിന് പൊതുവായ ഒരു ഭാഷയുണ്ടായിരിക്കും.
5. ആ ജനസമൂഹം ദീർഘകാലമായി പൊതുവായ ഒരു ഭൂപ്രദേശത്ത് താമസിച്ചുവരുന്നവരായിരിക്കും.
6. ആ ജനസമൂഹത്തിന് പൊതുവായ ഒരു സാമ്പത്തികജീവിതം മാത്രമല്ല സാമ്പത്തികമായ പരസ്പരാശ്രിതത്വവും ഉണ്ടായിരിക്കും.
7. ഇതിനെല്ലാറ്റിനും പുറമെ ഈ ജനസമൂഹത്തിന് പൊതുവായ സംസ്കാരത്തിലൂടെ പ്രകടിതമാവുന്ന ഒരു പൊതു മാനസികാവബോധം രൂപം കൊണ്ടിട്ടുണ്ടായിരിക്കും.

ഈ സവിശേഷതകളെല്ലാം ചേരുമ്പോഴാണ് ദേശീയതയുടെ അടിസ്ഥാനത്തിൽ ഉള്ള ഒരു രാഷ്ട്രം രൂപംകൊള്ളുന്നത്. ഹിന്ദുക്കൾ ഇത്തരത്തിലുള്ള ഒരു രാഷ്ട്രമാണെന്നാണ് വി ഡി സവർക്കർ *ഹിന്ദുത്വ* എന്ന

തന്റെ ഗ്രന്ഥത്തിൽ അവകാശപ്പെട്ടിട്ടുള്ളത്. ആർ എസ് എസും ബി ജെ പിയുമൊക്കെ ഈ നിലപാട് പിന്തുടരുന്നവരാണ്. അതിന്റെ അടിസ്ഥാനത്തിലാണ് കമ്യൂണിസ്റ്റുകാരും മുസ്ലീങ്ങളും ക്രിസ്ത്യാനികളും ദേശവിരുദ്ധരാണെന്ന നിലപാട് അവർ എടുക്കുന്നത്. അതിന്റെ ഭാഗമായാണ് ദളിതരെയും ദളിത് അവകാശങ്ങളെ പിന്തുണയ്ക്കുന്നവരെയും ദേശദ്രോഹികളായി അവർ ചിത്രീകരിക്കുന്നത്. അതുകൊണ്ടുതന്നെ ഹിന്ദുത്വവാദികളുടെ ദേശീയത സംബന്ധിച്ച കാഴ്ചപ്പാടിനെ നിശിതമായ പരിശോധനയ്ക്ക് വിധേയമാക്കേണ്ടതുണ്ട്.

> നാം ഹിന്ദുക്കൾ ഒരു രാഷ്ട്രം മാത്രമല്ല ഒരു ജാതികൂടെയാണ്. എന്നാൽ ഇത് രണ്ടും ആയിരിക്കുന്നതിന്റെ ഫലമായി പ്രകടമായും ഒരു പൊതു സംസ്കാരത്തിന്റെ ഉടമകൾകൂടെയാണ്. അത് കാത്തുസൂക്ഷിക്കപ്പെടുന്നത് മുഖ്യമായും മൗലികമായി നമ്മുടെ വംശത്തിന്റെ യഥാർത്ഥ മാതൃഭാഷയായ സംസ്കൃതത്തിലൂടെയാണ്. ഈ സംസ്കാരത്തിനെ ഹിന്ദുവായിരിക്കുന്ന ഏതൊരാളും പൂർവ്വാജ്ജിതസ്വത്തെന്നപോലെ സ്വായത്തമാക്കുകയും സ്വന്തം പൂർവ്വപിതാക്കളുടെ രക്തത്തെപ്പോലെയും ഈ ഭൂമിയുടെ ഭാഗമെന്ന നിലയിൽ സ്വശരീരത്തെപ്പോലെയും ആത്മീയമായി അതിനോട് കടപ്പെട്ടിരിക്കുന്നു (*ഹിന്ദുത്വ*: പേജ് 62 സവർക്കർ)

ഇതാണ് ഹിന്ദുത്വ സിദ്ധാന്തം. ഇതനുസരിച്ച് ഹിന്ദുക്കളുടെ പൊതുഭാഷയാണ് സംസ്കൃതം. രണ്ടാമതായി ഹിന്ദു എന്ന് വിളിക്കപ്പെടുന്നവർക്കെല്ലാം പൊതുവായ ഒരു സംസ്കാരം ഉണ്ട്. ഈ രണ്ടു കാരണങ്ങളാൽ ഹിന്ദു ദേശീയതയേക്കാൾ പരസ്പരബന്ധിതമായ ഒരു രാഷ്ട്ര സമൂഹമാണ് ഹിന്ദുക്കൾ എന്നാണ് സവർക്കറുടെ അവകാശവാദം.

ഈ വിഷയത്തിൽ സവർക്കറുടെ മുൻഗാമി എന്ന് എന്തുകൊണ്ടും വിളിക്കാവുന്ന ഒരാളാണ് ഹിന്ദു പുനരുജ്ജീവനത്തിന് വേണ്ടി നിലക്കൊണ്ട ദയാനന്ദ സരസ്വതി. ദയാനന്ദ സരസ്വതിയെയും അദ്ദേഹത്തിന്റെ ആര്യസമാജത്തെയുംകുറിച്ച് *ഇന്ത്യൻ സ്വാതന്ത്ര്യ സമരചരിത്രം* എന്ന വിഖ്യാത ഗ്രന്ഥത്തിൽ ഇ എം എസ് വളരെ സൂക്ഷ്മമായ ഒരു വിലയിരുത്തൽ നടത്തിയിട്ടുണ്ട്. അത് ഇപ്രകാരമാണ്.

> രാമകൃഷ്ണന്റെയും വിവേകാനന്ദന്റെയും നേതൃത്വത്തിൽ ഉയർന്നു വന്നതിൽനിന്ന് പലതരത്തിലും വ്യത്യസ്തമാണ് പഞ്ചാബിൽ ദയാനന്ദ സരസ്വതിയുടെ നേതൃത്വത്തിൽ ഉയർന്നുവന്ന ആര്യസമാജം. അത് പ്രത്യക്ഷത്തിൽത്തന്നെ ഇസ്ലാമും ക്രിസ്തുമതവുമായി നേരിട്ട് സംഘട്ടനത്തിൽ ഏർപ്പെടുന്ന ഒരു പ്രസ്ഥാനമായിട്ടാണ് രൂപംകൊണ്ടത്. ഇസ്ലാമിനെയും ക്രിസ്തുമതത്തെയും പരസ്യമായി ആക്ഷേപിക്കുകയും അപലപിക്കുകയും ചെയ്യുന്ന പ്രഭാഷണങ്ങൾ, പ്രസിദ്ധീകരണങ്ങൾ എന്നിവയാണ് ആര്യസ

> മാജത്തിൽനിന്ന് പുറത്തുവന്നത്. പിന്നീട് ഹിന്ദു - മുസ്ലീം ലഹള കൾക്കിടയാക്കിയ ഗോവധനിരോധന പ്രസ്ഥാനം ഉയർത്തിക്കൊണ്ടുവന്നത് ആര്യസമാജമായിരുന്നു.

ഹിന്ദുമതം എന്നതിലുപരി അതിനെ വൈദികമതം എന്നാണ് ദയാനന്ദ സരസ്വതി വിശേഷിപ്പിച്ചിരുന്നത്. വേദാനന്തരം രൂപംകൊണ്ട തന്ത്രങ്ങളിലോ പുരാണങ്ങളിലോ ഒന്നുംതന്നെ അദ്ദേഹത്തിന് വിശ്വാസമുണ്ടായിരുന്നില്ല. ഏകദൈവ വിശ്വാസിയായിരുന്നു ദയാനന്ദ സരസ്വതി. അദ്ദേഹം വൈദികകാലത്തെ ഹിന്ദുവിനെക്കുറിച്ചുള്ള തന്റെ കാഴ്ചപ്പാട് അവതരിപ്പിക്കുന്നുണ്ട്. അതനുസരിച്ച് ആദ്യ മനുഷ്യൻ സൃഷ്ടിക്കപ്പെട്ടത് ത്രിവിഷ്ടപ്പിലാണ്. അതാണത്രെ ഇന്ന് തിബത്ത് എന്ന് വിളിക്കപ്പെടുന്ന സ്ഥലം. ആദിമകാലത്ത് മനുഷ്യർ എല്ലാവരും ഒരു വിഭാഗത്തിൽപ്പെടുന്നവരായിരുന്നു. പിന്നീടാണ് രണ്ടായി വിഭജിക്കപ്പെടുന്നത്. അതിൽ നല്ലവർ ആര്യന്മാരും ദുഷ്ടന്മാർ ദസ്യുക്കളെന്നും വിളിക്കപ്പെട്ടുവെന്നാണ് ദയാനന്ദസരസ്വതിയുടെ ഭാഷ്യം. അവിടെനിന്ന് ആര്യന്മാർ അല്പം താഴോട്ടിറങ്ങി അതായത് സിന്ധുനദീതടത്തിൽ സ്ഥിരതാമസമാക്കി. രാജ്യത്ത് ഏതെങ്കിലും തരത്തിലുള്ള ആദിമനിവാസികൾ ഉണ്ടായിരുന്നതായോ ആര്യന്മാർ ഇറാനിൽനിന്നോ മദ്ധ്യേഷ്യയിൽനിന്നോ വന്നവരാണെന്നോ അംഗീകരിക്കുവാൻ അദ്ദേഹം തയ്യാറായിരുന്നില്ല.

തുടർന്നുള്ള കാര്യങ്ങൾ അദ്ദേഹത്തിന്റെ *സത്യാർത്ഥ പ്രകാശ*ത്തിൽ നിന്നു തന്നെ നമുക്ക് വായിക്കാം.

> ആര്യാവർത്തത്തിന്റെ വടക്കുകിഴക്ക്, വടക്ക്, വടക്കുപടിഞ്ഞാറ്, പടിഞ്ഞാറ് ഭാഗങ്ങളിൽ താമസിച്ചിരുന്നവർ ദസ്യുക്കൾ, അസുരന്മാർ, മ്ലേച്ഛന്മാർ എന്നിങ്ങനെയും തെക്ക്, തെക്കു - കിഴക്ക്, തെക്കുപടിഞ്ഞാറ് എന്നിവിടങ്ങളിൽ താമസിച്ചിരുന്നവർ രാക്ഷസന്മാരെന്നും വിളിക്കപ്പെട്ടു. ഇന്നത്തെ നീഗ്രോകളുടെ വൃത്തികെട്ട ആകാരത്തിൽ നിന്ന് രാക്ഷസന്മാരുടെ വിവരണം ശരിയായിരുന്നുവെന്ന് കാണാവുന്നതാണ്. ആര്യാവർത്തത്തിന്റെ നേരെ മറുഭാഗത്ത് താമസിച്ചിരുന്നവരാണ് നാഗന്മാർ എന്ന് വിളിക്കപ്പെട്ടത്. അവരുടെ രാജ്യമായ പാതാളം സ്ഥിതിചെയ്തിരുന്നത് ആര്യന്മാരുടെ (ആര്യാവർത്തത്തിൽ താമസിക്കുന്നവരുടെ) കാല്ക്കീഴിലായിരുന്നു............... ഇക്ഷാകുവിന്റെ കാലം മുതൽ കൗരവരുടെയും പാണ്ഡവരുടെയും കാലം വരെ മൊത്തം ഭൂമിയുടെ സർവ്വാധിപതികളായിരുന്നു ആര്യന്മാർ. ആര്യാവർത്തത്തിന് പുറത്തുള്ള രാജ്യങ്ങളിൽപ്പോലും വേദം പഠിപ്പിക്കപ്പെടുകയും ഉദ്ബോധിപ്പിക്കപ്പെടുകയും ചെയ്തിരുന്നു. (*സത്യാർത്ഥ പ്രകാശം*).

ലോകമാകെ അടക്കി ഭരിച്ചിരുന്നത് ആര്യന്മാരായിരുന്നു എന്നതാ

യിരുന്നു ദയാനന്ദ സരസ്വതിയുടെ വ്യഖ്യാനം. ബ്രിട്ടീഷ് ആധിപത്യത്തിൻ കീഴിൽ അടിമകളായി കഴിഞ്ഞിരുന്ന ഹിന്ദുക്കളുടെ ആത്മാഭിമാനത്തിനെ തട്ടിയുണർത്തുന്നതിനുള്ള കള്ളക്കഥമാത്രമായിരുന്നു എന്നും അതിന് ചരിത്രവുമായി യാതൊരു ബന്ധവുമില്ലെന്നും നമുക്കറിയാം. ആര്യന്മാരുടെ ബദ്ധവൈരികളായ ദസ്യുക്കളും മ്ലേച്ഛന്മാരും അസുരന്മാരും രാക്ഷസന്മാരുമൊക്കെ ഇന്ത്യയിൽ തന്നെ ഉണ്ടായിരുന്നുവെന്ന് വേദങ്ങളും പുരാണങ്ങളുമൊക്കെ വിശദീകരിക്കുന്നുമുണ്ട്. ഇതിൽനിന്ന് മനസ്സിലാക്കേണ്ട കാര്യം ഹിന്ദു എന്നതുകൊണ്ട് ഇന്ന് വിശേഷിക്കപ്പെടുന്നവർ ആര്യന്മാർ മാത്രമാണെന്നാണ്. ശൂദ്രന് വിദ്യ അഭ്യസിക്കാനോ വേദം കേൾക്കാനോ പോലും അവകാശമില്ലായിരുന്നു എന്നതിൽനിന്ന് സംസ്കൃതത്തിന്റെ സംസ്കാരത്തിൽനിന്ന് അവൻ പുറത്തായിരുന്നു എന്നതും വ്യക്തമാണ്. ശൂദ്രന്റെ സ്ഥിതി അതാണെങ്കിൽ മ്ലേച്ഛന്മാർ, അസുരന്മാർ, രാക്ഷസന്മാർ, നാഗന്മാർ എന്നൊക്കെ വിശേഷിപ്പിക്കപ്പെട്ടവരും സവർക്കർ പറയുന്ന ഈ മഹത് സംസ്കാരത്തിനും മഹത് ഭാഷയ്ക്കും പുറത്തായിരുന്നു എന്നത് വ്യക്തമാണ്. മാത്രവുമല്ല ഏറ്റവും മഹത്തായ അയോദ്ധ്യ എന്ന രാജ്യത്തിനുപോലും പഴയ തിരുവിതാംകൂറിന്റെ വിസ്തൃതി മാത്രമേ ഉണ്ടായിരുന്നുള്ളൂവെന്ന് രാമായണത്തിൽനിന്നുതന്നെ വ്യക്തമായിരിക്കെ ഇന്ത്യയെ ആകെ ഒരു ചരടിൽ കോർക്കുന്ന ബൃഹത്തായ ഒരു സംസ്കാരം ഉണ്ടായിരുന്നുവെന്നതും അസത്യമാണെന്ന് കാണാൻ കഴിയും.

സംസ്കാരം, സംസ്കൃതഭാഷ ഇത് രണ്ടുമാണ് ഹിന്ദുക്കളെയാകെ കണ്ണി ചേർക്കുന്നതായി സവർക്കർ വിശേഷിപ്പിക്കുന്നത്. ഇത് രണ്ടും ഇന്നത്തെ ഇന്ത്യയുടെതായാലും സവർക്കറുടെ കാലത്തെ ഇന്ത്യയുടെതായാലും ഒരു ന്യൂനപക്ഷത്തിന് മാത്രം ബാധകമാകുന്നതാകയാൽ ഇന്ത്യയിലെ ഹിന്ദുക്കൾ ഏക ദേശീയത ഉൾക്കൊള്ളുന്ന രാഷ്ട്രമാണെന്ന സവർക്കറുടെ അവകാശവാദം തെറ്റാണെന്ന് വ്യക്തമാകുന്നു.

അഖണ്ഡഭാരത സൃഷ്ടി

ആദ്യ അദ്ധ്യായത്തിൽ വനവാസത്തിന് പോകുന്ന ശ്രീരാമന്റെ അയോദ്ധ്യയുടെ വിസ്തൃതിയാണ് നാം പരിശോധിച്ചത്. അത് തമസാനദിക്കും ഗംഗാനദിക്കും ഒക്കെ അടുത്തുള്ള ഒരു നാട്ടുരാജ്യം മാത്രമാണ്. എന്നാൽ വനവാസാനന്തരം രാജ്യഭാരമേല്ക്കുന്ന ശ്രീരാമൻ അശ്വമേധയാഗം നടത്തുന്നുണ്ട്. അതിൽ സുഗ്രീവനും ഹനുമാനും വിഭീഷണനുമൊക്കെ പങ്കെടുക്കുന്നുണ്ട്. സീതാന്വേഷണത്തിന് പോകുംവഴിയാണ് ജ്യേഷ്ഠാനുജന്മാരായ ബാലി-സുഗ്രീവന്മാർ തമ്മിലുള്ള യുദ്ധത്തിൽ അനാവശ്യമായി പക്ഷം പിടിച്ച് ഒളിയമ്പെയ്ത് ശ്രീരാമൻ ബാലിയെ വധിക്കുകയും സുഗ്രീവനെ തന്റെ പക്ഷത്താക്കുകയും ചെയ്തത്. രാമ-രാവണ യുദ്ധത്തിലാവട്ടെ രാവണനെ പരാജയപ്പെടുത്തി സഹോദരനായ വിഭീഷണനെ ലങ്കാധിപനാക്കി അഭിഷേകം ചെയ്യാനും ശ്രീരാമൻ തയ്യാറാവുന്നുണ്ട്. തെക്കെ ഇന്ത്യയിലെ രണ്ടു രാജ്യങ്ങളിൽ ആധുനിക രാഷ്ട്രമീമാംസയുടെ ഭാഷയിൽ പറഞ്ഞാൽ രണ്ടു പാവ ഭരണാധികാരികളെ അവരോധിക്കുകയാണ് ശ്രീരാമൻ ചെയ്തത്. അതിനുശേഷമാണ് ചുറ്റുവട്ടത്തുമുള്ള നാട്ടുരാജ്യങ്ങൾക്കുമേൽ അധികാരമുറപ്പിക്കുന്നതിന് വേണ്ടി അശ്വമേധയാഗം നടത്തുന്നത്.

തങ്ങളാലായ സൽക്കാരങ്ങളുമെടുപ്പിച്ചു
തുംഗന്മാരായ മഹീപാലരും വന്നീടിനാർ
ആകുലമെന്യേയവരേകനായകനായ
രാഘവൻതന്നെ കണ്ടു കാഴ്ചയും വച്ചശേഷം
കൈകേയിസുത സുമന്ത്രാദികൾ ബഹുമാനി-
ച്ചേകൈക ഗൃഹംതോറും സൽക്കരിച്ചിരുത്തിനാർ

എന്ന് അയൽരാജ്യങ്ങളിലെ സാമന്തരാജാക്കന്മാരുടെ യാഗത്തിലേക്കുള്ള വരവിനെക്കുറിച്ച് എഴുത്തച്ഛൻ വിവരിക്കുന്നുണ്ട്. ഈ വരികൾക്ക് തൊട്ടുതാഴെയായി

രാക്ഷസപ്രവരനും വൻ പടയോടും വന്നാൻ
ഭാസ്കര പുത്രൻ കപിസേനയുമായി വന്നാൻ
ഭാസ്കര ശിഷ്യനായ ശ്രീ ഹനുമാനും വന്നാൻ

എന്നും പറഞ്ഞിരിക്കുന്നു. അതായത് അശ്വമേധയാഗാനന്തരം ശ്രീരാമന്റെ സാമ്രാജ്യം വികസിക്കുന്നുണ്ട്. അങ്ങനെ വികസിച്ചതോടെ ഇന്ത്യയാകെ ഒറ്റരാഷ്ട്രമായി മാറി എന്നാണ് വി ഡി സവർക്കർ ഉദ്ഘോഷിക്കുന്നത്. ശ്രീരാമന്റെ സാമ്രാജ്യം ഇന്നത്തെ ഇന്ത്യയാകെ വ്യാപിച്ചു കിടന്നിരുന്ന ഒന്നായിരുന്നുവെന്ന് *അദ്ധ്യാത്മരാമായണ*ത്തിൽ ഒരിടത്തും പറഞ്ഞിട്ടില്ല.

യുദ്ധംചെയ്ത് കീഴടക്കുന്നതിലൂടെ രാഷ്ട്രം സൃഷ്ടിക്കാനാവുമോ? രാജ്യത്തിന്റെ വിസ്തൃതികൂട്ടാനല്ലാതെ രാഷ്ട്രത്തെ സൃഷ്ടിക്കാൻ അത് മതിയാവില്ല എന്നുതന്നെയാണ് ഉത്തരം. സ്റ്റാലിൻ തന്റെ ഗ്രന്ഥത്തിൽ അലക്സാണ്ടറുടെ സാമ്രാജ്യത്തെക്കുറിച്ച് വിശദീകരിച്ചതിനുശേഷം അതൊരു രാഷ്ട്രമാവുന്നില്ലയെന്നും "അവയെല്ലാം ഒരു ദിഗ്വിജയിയുടെ വിജയത്തിന്റെയോ പരാജയത്തിന്റെയോ ഫലമായി കൂട്ടിച്ചേർക്കപ്പെടുകയോ വെട്ടി മാറ്റപ്പെടുകയോ ചെയ്യപ്പെട്ട താല്ക്കാലികവും ശ്ലഥബന്ധിതവുമായ വിഭാഗങ്ങളുടെ സമുച്ചയങ്ങൾ മാത്രമാണ്" എന്നും വ്യക്തമാക്കുന്നുണ്ട്. നിരവധി നാട്ടുരാജ്യങ്ങളായി വെട്ടിമുറിക്കപ്പെട്ടും ഏറ്റുമുട്ടിയും തന്നെയാണ് തുടർന്നുള്ളകാലത്തും ഇന്ത്യയിലെ നാട്ടുരാജ്യങ്ങൾ കഴിഞ്ഞത് എന്നു മാത്രമല്ല സ്വയം സമ്പൂർണ്ണഗ്രാമങ്ങൾ എന്ന നിലയിൽ രാഷ്ട്രത്തിന്റെ വിവിധ ഭാഗങ്ങളെ ഒന്നായി വിളക്കിച്ചേർക്കാവുന്ന ആഭ്യന്തരമായ ഒരു സാമ്പത്തിക ബന്ധവും ഇന്ത്യക്കകത്തുണ്ടായിരുന്നില്ല. എന്നിട്ടും

> വെല്ലുവിളിക്കിരയാവാതെയും വെല്ലുവിളിക്കപ്പെടാതെയും ദിഗ്വിജയിയായും അശ്വം അയോദ്ധ്യയിലേക്ക് തിരിച്ചെത്തിയ ആ മഹത്തായ ദിനത്തിൽ ശ്രീ രാമചന്ദ്ര മഹാരാജാവിന്റെ കിരീടത്തിന് മുകളിൽ സർവ്വാധികാരത്തിന്റെ ശുഭ്ര പതാക വിരിഞ്ഞു. ധീരനും നന്മയുടെ ആൾരൂപവുമായ ശ്രീരാമന് സ്നേഹപൂർണ്ണമായ യജമാന ഭക്തി നല്കാൻ ആര്യരക്തത്തിൽ പിറന്ന രാജാക്കന്മാർ മാത്രമല്ല ദക്ഷിണ ഭാഗത്തുനിന്നുള്ള ഹനുമാനും സുഗ്രീവനും വിഭീഷണനും അടക്കമുള്ളവർ തയ്യാറായ അന്നാണ് ഹിന്ദു ജനതയുടെ യഥാർത്ഥ ജന്മദിനം. (*ഹിന്ദുത്വ*: സവർക്കർ)

ശ്രീരാമനെ ദിഗ്വിജയിയാക്കിക്കൊണ്ട് അശ്വമേധയാഗം വിജയിക്കു

കയും ആര്യരക്തത്തിൽ പിറന്ന രാജാക്കന്മാർക്ക് പുറമെ അനാര്യന്മാരായ ഹനുമാനും സുഗ്രീവനും വിഭീഷണനുമൊക്കെ ശ്രീരാമന് വിധേയരായി മാറുകയും ചെയ്തതോടെ ഹിന്ദുക്കൾ ഒരു ജനതയായി മാറിയെന്നാണ് സവർക്കർ അവകാശപ്പെടുന്നത്. സുഗ്രീവനും ഹനുമാനും വാനരന്മാരുടേയും, വിഭീഷണൻ രാക്ഷസന്മാരുടേയും നേതാവാണ്. സഹോദരപ്പോരിൽ പക്ഷം ചേർന്ന് എതിരാളിയെ കൊന്നൊടുക്കി അവരിൽ ഒരാളെ സ്വന്തം പക്ഷത്താക്കുന്ന ഈ തന്ത്രമാണ് വിശാല ഹിന്ദു ഐക്യത്തിൽ ആർ എസ് എസ് സോഷ്യൽ എഞ്ചിനീയറിങ് സിദ്ധാന്തത്തിലൂടെ നടപ്പിലാക്കാനുദ്ദേശിക്കുന്നത് എന്നത് സ്മരണീയമാണ്. അതുകൊണ്ടുതന്നെയാണ് കൂടുതൽ ജനകീയനായ ശ്രീകൃഷ്ണനെ തള്ളി ശ്രീരാമനെ ഉയർത്തിപ്പിടിക്കുവാൻ ആർ എസ് എസ് തയ്യാറാവുന്നതും.

എന്നാൽ ഇതുകൊണ്ടൊക്കെ ഹിന്ദുജനത ഏകദേശീയ സ്വഭാവമുള്ള ഒരു ജനതയായി മാറുന്നില്ല എന്ന കാര്യം വ്യക്തം. ഇങ്ങനെ ആയുധം കൊണ്ടു കീഴടക്കി ദേശീയത സൃഷ്ടിക്കാനാവുമെങ്കിൽ രണ്ടു നൂറ്റാണ്ടിലേറെക്കാലം ഇന്ത്യയെ കീഴടക്കി ഒറ്റ രാജ്യമാക്കി ഭരിച്ച ബ്രിട്ടീഷ് ദേശീയത ഇന്ത്യൻ ജനതയുടെ ദേശീയതയായി മാറുമായിരുന്നില്ലേ? അങ്ങനെ ആയുധംകൊണ്ടു കീഴ്പ്പെടുത്തി സൃഷ്ടിച്ചെടുക്കാവുന്ന ഒന്നല്ല ദേശീയതയും ദേശീയബോധവും. കീഴ്പ്പെടുത്തലിനെതിരായ യോജിച്ച പോരാട്ടം നടത്തുന്നതിന്റെ ഭാഗമായി വിവിധ ദേശീയ ജനവിഭാഗങ്ങൾ ഒന്നിച്ചു പോരാടുകയും അതിന്റെ ഭാഗമായി പൊതു ദേശീയബോധം ഉയർന്നുവരുകയും ചെയ്യും. അതിന്റെ ഉദാഹരണമാണ് ഇന്ത്യൻ സ്വാതന്ത്ര്യസമരവും അതിൽ വിവിധ ഭാഷാ ദേശീയ ജനവിഭാഗങ്ങളുടെ പങ്കാളിത്തവും.

മനുവും ശ്രീകൃഷ്ണനുമാണ് നമ്മുടെ നിയമ ദാതാക്കളെന്നും ശ്രീരാമനാണ് നമ്മുടെ സേനാനായകനെന്നും അവകാശപ്പെടുന്ന സവർക്കർ *മനുസ്മൃതി* ബ്രാഹ്മണനെയും ക്ഷത്രിയനെയും ഒരു പരിധിവരെ വൈശ്യനെയും മാത്രമേ മനുഷ്യരായി അംഗീകരിക്കുന്നുള്ളൂ എന്ന വസ്തുത അവഗണിക്കുകയാണ്. ശ്രീകൃഷ്ണനാവട്ടെ 'ചാതുർവർണ്യം മയാ സൃഷ്ടം' എന്ന് പരസ്യമായി പ്രഖ്യാപിക്കുന്നതിലൂടെ ശൂദ്രനടക്കമുള്ള പിന്നോക്കക്കാരെയും ദളിത് - ആദിവാസി ജനവിഭാഗങ്ങളെയും സാമൂഹികമായ അടിച്ചമർത്തലിന് വിധേയമാക്കുന്ന വ്യവസ്ഥിതിക്ക് അംഗീകാരം നല്കുകയാണ് ചെയ്തത്. ഇതുണ്ടാക്കിയ സാമൂഹികമായ അടിച്ചമർത്തലും സ്വയം സമ്പൂർണ്ണ ഗ്രാമവ്യവസ്ഥയുണ്ടാക്കിയ സാമ്പത്തികമായ ഒറ്റപ്പെടലും ഇന്ത്യയിലെ ജനങ്ങളെ ഏകദേശീയ സ്വഭാവമുള്ള ജനതയായി വളരുന്നതിൽനിന്ന് തടഞ്ഞു. ശ്രീരാമന് ശേഷം ഉണ്ടായ അവതാരമാണല്ലോ ശ്രീകൃഷ്ണൻ. ശ്രീരാമൻ ഹിന്ദുക്കളെ ആകെ ഒന്നിപ്പിച്ച് ഏകദേശീയ സ്വഭാവമുള്ള ഒരു അഖണ്ഡഭാരത സൃഷ്ടിക്ക് ജന്മം

കൊടുത്തുവെങ്കിൽ ശ്രീകൃഷ്ണന്റെ കാലത്തും ഭാരതം അങ്ങനെ തന്നെയോ അതിന് വിശാലമായ യോജിപ്പോടെയോ നിലകൊള്ളുമായിരുന്നല്ലോ! എന്നാൽ അങ്ങനെ ഒരു വിശാല ഭാരതം നിലവിലില്ലായിരുന്നു എന്നതിന്റെ തെളിവാണല്ലോ *മഹാഭാരതം* തന്നെ. *മഹാഭാരത*ത്തിൽ നിരവധി രാജാക്കന്മാർ സ്വന്തം സൈന്യവുമായി യുദ്ധത്തിൽ പങ്കുചേരാൻ വരുന്നുണ്ട് എന്നതിൽനിന്ന് ഇന്ത്യയിൽ അന്ന് നിരവധി രാജ്യങ്ങൾ ഉണ്ടായിരുന്നു എന്ന് വ്യക്തമാവുന്നുണ്ട്.

ആക്രമണോത്സുക ഹിന്ദുത്വം

> **ഒ**രു മഹായുദ്ധത്തിൽ അവസാനിച്ച കുടുംബകലഹം ലളിതമായി വിവരിക്കുന്ന ഒരു സംസ്കൃത കൃതിയുടെ പേരാണ് *മഹാഭാരതം*. പൊതുവേ ഇന്ത്യാക്കാരെപ്പോലെതന്നെ ഞാനും ഭാവനാകല്പിതമായ ഒരു കഥയല്ല *മഹാഭാരത*മെന്ന് കരുതുന്നു. അത് ബി സി ആയിരമാണ്ടോടുകൂടി യഥാർത്ഥത്തിൽ സംഭവിച്ച ചരിത്രസംഭവങ്ങളുടെ ആഖ്യാനമായിരിക്കാനാണ് വഴി

എന്നാണ് *മഹാഭാരത പഠനങ്ങൾ* എന്ന കൃതിയിൽ ഇരാവതി കാർവെ അഭിപ്രായപ്പെട്ടിരിക്കുന്നത്. ഇന്ത്യക്ക് ഭാരതം എന്ന പേര് വരുന്നതിനിടയാക്കിയ കഥ *മഹാഭാരത*ത്തിന്റെ ആദിപർവ്വത്തിൽ വിശദീകരിക്കപ്പെട്ടിട്ടുണ്ട്.

യയാതിക്ക് ശാപംമൂലം ജരാനരകൾ ലഭിക്കുന്നു. മക്കളിൽ ആരെങ്കിലും ജരാനരകൾ ഏറ്റുവാങ്ങാൻ തയ്യാറായാൽ ശാപമോക്ഷം ലഭിക്കുമായിരുന്നു. പിതാവിന്റെ വാർദ്ധക്യം ഏറ്റുവാങ്ങാൻ തയ്യാറായത് പുരു എന്ന ഇളയമകനാണ്. ആ പുരു സ്ഥാപിച്ചതാണ് പുരുവംശം. പുരുവിന്റെ പരമ്പരയിൽപ്പെട്ടവർ പൗരവർ എന്നറിയപ്പെടുന്നു. പുരുവിന്റെ ഭാര്യയുടെ പേര് കൗസല്യ എന്നായിരുന്നു. പുരുവിന്റെ പതിനാറാം തലമുറക്കാരനാണ് കാളിദാസന്റെ *അഭിജ്ഞാനശാകുന്തള*ത്തിലെ നായകനായ ദുഷ്യന്തൻ. ദുഷ്യന്തന്റെ പിതാവിന്റെ പേര് ഈളിതൻ എന്നായിരുന്നു. മാതാവ് രഥന്തരി. ദുഷ്യന്തൻ ഗാന്ധർവ്വ വിവാഹത്തിലൂടെ സ്വന്തമാക്കിയ ഭാര്യയാണ് ശകുന്തള. അവർക്കുണ്ടായ പുത്രനാണ് സർവ്വദമനൻ. മകനുമൊത്ത് ഭർത്താവിനെ കാണാനെത്തിയ *മഹാഭാരത*ത്തിലെ ശകുന്തള ദുഷ്യന്തനാൽ സ്വീകരിക്കപ്പെടാതെ പിരിയുമ്പോൾ പറയുന്നതിങ്ങനെ

യാണ്.

അസത്യം ചൊല്ലി നീയേവം ശ്രദ്ധകൈവിട്ടിരിക്കിലോ
ഞാനിതാ ഹന്ത! പോകുന്നേൻ നിന്നോടേ വേണ്ട സംഗമം.
ആ സമയത്ത് ഒരശരീരി കേൾക്കുന്നു.
ജീവിക്കും പുത്രനെ വിട്ടുജീവിക്കുമധിക കഷ്ടമാം
ഭരിക്ക് ശകുന്തളനാം ദൗഷധിയേ നരാധിപാ!
പരമീണങ്ങൾ ചൊല്ലാലെ ഭരിച്ചീടുക കാരണം
നരേന്ദ്ര നിൻ പുത്രനിവൻ ഭരതാഭിധനായ് വരും.

ഈ അശരീരിയിലൂടെയാണ് ശകുന്തളാപുത്രനായ സർവ്വദമനൻ ഭരതനായത്. ഈ ഭരതനാണ് ആദ്യമായി ഇന്ത്യയാകെ അടക്കിഭരിച്ച ചക്രവർത്തി. അതിനാലാണ് ഈ രാജ്യം 'ഭാരതഖണ്ഡം' ആയി അറിയപ്പെടുന്നതെന്നാണ് *മഹാഭാരതം* പറയുന്നത്. ഭാരതത്തെയാകെ കീഴ്പ്പെടുത്തി ഒറ്റരാജ്യമാക്കി ആദ്യം ഭരിച്ചയാൾ ഈ ഭരതനായതുകൊണ്ടാണല്ലോ ഭാരതം എന്ന പേര് വന്നത്. ഭരതന് മുമ്പാണ് *രാമായണ*ത്തിന്റെയും രാമന്റെയും കാലം. കാരണം *രാമായണ*മാണ് ആദികാവ്യം. രാമനുശേഷമുള്ള അവതാരമായ കൃഷ്ണന്റെ കാലത്താണ് *മഹാഭാരതം* കഥനടക്കുന്നത്. ഇതിൽനിന്ന് ഭാരതമാകെ കീഴടക്കിയ ആദ്യത്തെ രാജാവ് ശ്രീരാമനല്ല എന്ന് വരുന്നു. അങ്ങനെയെങ്കിൽ ഭാരതമെന്നല്ല 'രാമരാജ്യം' എന്നായിരുന്നു ഈ രാജ്യത്തിന് പേര് വരിക.

നാലുദിക്കും ജയിച്ച ശ്രീരാമന്റെ പേരിൽ ഇന്ത്യാരാജ്യം അറിയപ്പെടാതിരിക്കുകയും അദ്ദേഹത്തിന്റെ കാലശേഷം ജനിച്ച ഭരതന്റെ പേരിൽ ഇന്ത്യാരാജ്യം അറിയപ്പെടുകയും ചെയ്തതിൽനിന്ന് ഒരു കാര്യം വ്യക്തമാണ്. ശ്രീരാമന്റേതിനേക്കാൾ വിസ്തൃതമായ സാമ്രാജ്യം ഭരതന്റേതു തന്നെയായിരുന്നു.

ഇത്രയും കാര്യങ്ങൾ ഹിന്ദു പുരാണങ്ങളിൽ നിന്നുതന്നെ വ്യക്തമായിരിക്കേ ഭരതൻ ചിത്രത്തിൽനിന്ന് അപ്രത്യക്ഷമാവുകയും പിന്നീട് ദൈവമായും വിഷ്ണുവിന്റെ അവതാരമായുമൊക്കെ ആരാധിക്കപ്പെട്ട ശ്രീരാമനെ ഹിന്ദുത്വ വാദികൾ ദേശീയതയുടെ കാര്യത്തിൽ ഉയർത്തിക്കാണിക്കുവാൻ തയ്യാറാവുകയും ചെയ്തതെന്തുകൊണ്ട്? ഒന്നാമത്തെ കാര്യം ശ്രീരാമന് ഒരു അവതാരപുരുഷന്റെയും അതുവഴി ദൈവീകവുമായ ഒരു പരിവേഷമുണ്ട് എന്നതാണ്. ഇതിനെ വിശ്വാസികൾക്കിടയിൽ ഉപയോഗിക്കുവാനും അതുവഴി രാഷ്ട്രീയ നേട്ടം ഉണ്ടാക്കുവാനും കഴിയും. രാമജന്മഭൂമി വിവാദവും ബാബറി മസ്ജിദ് പൊളിക്കലും ഒക്കെ ബി ജെ പിക്ക് രാഷ്ട്രീയനേട്ടം ഉണ്ടാക്കിക്കൊടുത്തത് ഇതിന് ഉദാഹരണമാണ്. ഭരതനെ ഉപയോഗിച്ചാൽ ഈ നേട്ടമുണ്ടാക്കുവാൻ കഴിയില്ല. രണ്ടാമത്തെ കാര്യം ശ്രീരാമൻ എന്ന പ്രതീകത്തിന്റെ സവിശേഷതയാണ്. ശ്രീരാമന് വാനരന്മാരായ സുഗ്രീവനും ഹനുമാനുമായും രാക്ഷസനായ വിഭീഷണനുമായും ഉള്ളത് സമന്മാർ തമ്മിലുള്ള ബന്ധമല്ല; മറിച്ച് മേൽക്കീഴ് ബന്ധമാണ്;യജമാന-ദാസബന്ധമാണ്. ശ്രീരാമൻ എന്ന

ക്ഷത്രിയരാജാവിന് കീഴ്പ്പെട്ടുനില്ക്കുന്നവരായിരുന്നു പിന്നോക്കക്കാരായ സുഗ്രീവനും ഹനുമാനും വിഭീഷണനുമൊക്കെ. ഇത് ഇന്ത്യയിൽ ഇന്ന് ഹിന്ദുമതത്തിനകത്ത് നിലനില്ക്കുന്ന ജാതിവ്യവസ്ഥയ്ക്ക് സമാനമാണ്. മേൽജാതിക്കാരുമായി കീഴ്ജാതിക്കാർക്ക് ശ്രീരാമനുമായി സുഗ്രീവനും ഹനുമാനും വിഭീഷണനും ഉണ്ടായിരുന്ന ബന്ധം ഉണ്ടാവണം എന്നാണ് ആർ എസ്എസ് ആഗ്രഹിക്കുന്നത്. അതിന് വേണ്ടിയാണ് അവർ നില കൊള്ളുന്നത്. അതുകൊണ്ടാണ് ഹിന്ദു ദേശീയതയുടെ ഉത്തമപ്രതീക മായി ശ്രീരാമൻ ഉയർത്തിക്കാണിക്കപ്പെടുകയും ഭരതൻ അവഗണിക്ക പ്പെടുകയും ചെയ്യുന്നത്. ഇത് തന്നെയാണ് ശ്രീകൃഷ്ണനും അവഗണി ക്കപ്പെടുന്നതിനുള്ള കാരണം. ശ്രീകൃഷ്ണൻ തേരാളി മാത്രമായിരുന്നു എങ്കിൽ ശ്രീരാമൻ പോരാളി ആയിരുന്നു. അതിനാൽ അക്രമണോത്സുക ഹിന്ദുത്വത്തിന് എന്തുകൊണ്ടും അനുയോജ്യം ശ്രീരാമൻ തന്നെ.

ഭാരതമാകെ അടക്കിഭരിച്ച ചക്രവർത്തിയാണെന്നല്ലാതെ ദുഷ്യന്ത പുത്രനായ ഭരതന്റെ ജീവിതകഥയുടെ വിശദാംശങ്ങളൊന്നും ശ്രീരാമ ന്റേതുപോലെ ലഭ്യമല്ല. ഭരതനാവട്ടെ ദൈവീക പരിവേഷമോ അനുയാ യികളോ ഭക്തരോ ഇല്ലതാനും. അതുകൊണ്ടുതന്നെ ഭരതനെ ഉപയോ ഗമില്ലാത്ത ഒരു കഥാപാത്രമായി ഹിന്ദുത്വവാദികൾ കരുതുന്നു.

ഗ്രാമവ്യവസ്ഥ

ശ്രീരാമനായാലും ദുഷ്യന്തപുത്രനായ ഭരതനായാലും ഹിന്ദുമതക്കാരായി അറിയപ്പെട്ടിരുന്നവരല്ല. *രാമായണ*ത്തിലോ *വിഷ്ണുപുരാണ*ത്തിലോ *മഹാഭാരത*ത്തിലോ ഒന്നും തന്നെ ഹിന്ദുവോ ഹിന്ദുമതമോ ഇല്ല. പിന്നീട് ഹിന്ദുക്കളായി അറിയപ്പെട്ടവരുടെ മുൻമുറക്കാരായിരുന്നു ഇവർ എന്നുവേണമെങ്കിൽ പറയാം. ഇവർക്കാർക്കും തന്നെ ദേശീയതാബോധം ഉണ്ടാക്കുന്നതിന് കഴിഞ്ഞിട്ടില്ല എന്നത് കഴിഞ്ഞ അദ്ധ്യായങ്ങളിൽനിന്ന് വ്യക്തമായി. ഇനി പരിശോധിക്കാനുള്ളത് ഇന്ത്യയിൽ ആധുനിക ദേശീയത അല്ലെങ്കിൽ ബൂർഷാ ദേശീയത എങ്ങനെ രൂപപ്പെട്ടു എന്ന സംഗതിയാണ്.

ഇക്കാര്യത്തിൽ കമ്യൂണിസ്റ്റുകാർക്ക് ആശ്രയിക്കാവുന്നത് മാർക്സിനെ തന്നെയാണ്. ഇന്ത്യാചരിത്രത്തെക്കുറിച്ച് മാർക്സ് അന്തിമവിധി പ്രഖ്യാപിച്ചിരിക്കുന്നു എന്ന് ഇതിന് അർത്ഥമില്ല. മാർക്സ് തനിക്ക് ലഭ്യമായ വിവരങ്ങൾ വെച്ച് ഇന്ത്യയെക്കുറിച്ച് എഴുതിയത് 19-ാം നൂറ്റാണ്ടിലാണ്. ഇന്ത്യൻ സമ്പദ്‌വ്യവസ്ഥയുടെ വളർച്ചയേയും അതിന്റെ വിശദാംശങ്ങളെയുംകുറിച്ച് മാർക്സിന് ശേഷവും ഒട്ടേറെ ഗവേഷണങ്ങൾ നടക്കുകയും അതിന്റെ അടിസ്ഥാനത്തിൽ നിരവധി വസ്തുതകൾ പുറത്തുവരികയും ചെയ്തിട്ടുണ്ട്. എന്നിരിക്കിലും ബ്രിട്ടീഷുകാരുടെ വരവും അവർ ഇന്ത്യയെ കീഴടക്കിയതും സംബന്ധിച്ച മാർക്സിന്റെ നിഗമനങ്ങൾ ഇന്നും ഏറക്കുറെ ശരിയായിത്തന്നെ തുടരുന്നു.

"ഇന്ത്യയിലെ ബ്രിട്ടീഷ് ഭരണത്തിന്റെ ഭാവിഫലങ്ങൾ" എന്ന ലേഖനത്തിൽ മാർക്സ് ഇങ്ങനെ രേഖപ്പെടുത്തി:

ഇന്ത്യയിൽ ബ്രിട്ടീഷ് മേല്ക്കോയ്മ എങ്ങനെയാണ് സ്ഥാപിക്ക

> പ്പെട്ടത്? മഹത്തായ മുഗളന്മാരുടെ പരമാധികാരം മുഗൾ വൈസ്രോയിമാർ തന്നെ തകർത്തു. ഈ വൈസ്രോയിമാരുടെ അധികാരം മറാത്തികൾ തകർത്തു. മറാത്തികളുടെ അധികാരം അഫ്ഗാൻകാർ തകർത്തു. എന്നിട്ട് എല്ലാവരും എല്ലാവർക്കും എതിരായി കലഹിച്ചുകൊണ്ടിരിക്കുമ്പോൾ ബ്രിട്ടൻ തള്ളിക്കയറി. അവർക്ക് എല്ലാവരെയും കീഴടക്കാൻ കഴിഞ്ഞു.

ബ്രിട്ടീഷുകാർ ഇന്ത്യയെ കീഴടക്കുന്നത് സംബന്ധിച്ച് വ്യക്തമായ ചിത്രമാണ് മാർക്സ് ഇവിടെ അവതരിപ്പിച്ചിരിക്കുന്നത്.

എങ്ങനെയായിരുന്നു അന്നത്തെ ഇന്ത്യയിലെ ജനങ്ങളുടെ സ്ഥിതി? ആർ എസ് എസുകാർ പറയുന്നതുപോലെ ഹിന്ദുസംസ്കാരത്തിന്റെ പേരിൽ അവർ ഒന്നിച്ചു ഒറ്റജനതയായി കഴിയുകയായിരുന്നോ? അതോ ജാതികളും ഉപജാതികളുമായി തിരിഞ്ഞ് തമ്മിൽ ചേരാതെ, തൊടാനോ കാണാനോ കഴിയാതെ, വഴിനടക്കാൻ പോലും അവകാശമില്ലാതെ, കഴിയുകയായിരുന്നോ? മാർക്സ് പറയുന്നു:

> ആ രാജ്യം ഹിന്ദുക്കളും മുസൽമാന്മാരും തമ്മിൽ മാത്രമല്ല ഗോത്രങ്ങളും ഗോത്രങ്ങളും തമ്മിലും ജാതികളും ജാതികളും തമ്മിലും വിഭജിക്കപ്പെട്ടുകിടക്കുകയായിരുന്നു. പൊതുവായ അന്യോന്യ തിരസ്കാരത്തിന്റെയും ദേശാചാരപരപായ അകൽച്ചയുടെയും ഫലമായുണ്ടായ ഒരുതരം സങ്കുലിതാവസ്ഥയുടെ ചട്ടക്കൂടിന്മേലാണ് ഇവിടുത്തെ സാമൂഹികവ്യവസ്ഥ നിലനിന്നുപോന്നിരുന്നത്. (അതേ ലേഖനം)

അതായത് ഹിന്ദു സംസ്കാരത്തിൽ ഹിന്ദുക്കളായി അറിയപ്പെടുന്നവരെപ്പോലും ഒറ്റജനതയായി യോജിപ്പിച്ച് നിർത്താൻ കഴിയുന്ന അവസ്ഥ അന്നുണ്ടായിരുന്നില്ല.

ബ്രിട്ടീഷ് ഭരണത്തിന്റെ ഭാഗമായി തുടക്കത്തിൽ സംഭവിച്ച മാറ്റങ്ങളെന്ത് എന്നും അതേ ലേഖനത്തിൽത്തന്നെ മാർക്സ് വിശകലനം ചെയ്യുന്നുണ്ട്. അത് ഇങ്ങനെയാണ്.

> പ്രാദേശികഭരണഘടനയും ഗ്രാമസമുദായങ്ങളുടെ സാമ്പത്തിക അടിസ്ഥാനവും തകർക്കപ്പെട്ടുവെന്ന് നമുക്കറിയാം. പക്ഷേ, അവയുടെ ഏറ്റവും ചീത്തരൂപമായ സമുദായത്തെ ബന്ധമില്ലാത്ത ചെറുഘടകങ്ങളാക്കി നിർത്തുന്ന ഏർപ്പാട് പിന്നെയും അവശേഷിച്ചു. ഗ്രാമങ്ങളുടെ ഈ ഒറ്റപ്പെട്ട നില ഇന്ത്യയിൽ റോഡുകളുടെ അഭാവത്തിന് കാരണമായി. ഈ അഭാവം ഗ്രാമങ്ങളുടെ ഒറ്റപ്പെട്ട അവസ്ഥയെ നിലനിർത്തുകയും ചെയ്തു. ഈ സാഹചര്യത്തിൽ ഏറ്റവും ചുരുങ്ങിയ ജീവിതസൗകര്യങ്ങളോടുകൂടിയ ഒരു സമുദായം നിലനിന്നുപോന്നു. അവർ മറ്റുഗ്രാമങ്ങളുമായി ബന്ധപ്പെട്ടില്ല. സാമൂഹിക പുരോഗതിക്ക് അത്യാവശ്യമായ അഭിലാഷങ്ങളും

ശ്രമങ്ങളും അവർക്ക് ഉണ്ടായിരുന്നില്ല.

ഇത് ബ്രിട്ടീഷ് ഭരണത്തിന്റെ തുടക്കത്തിലെ ഗ്രാമങ്ങളുടെ സ്ഥിതിയാണ്. എന്നാൽ ബ്രിട്ടീഷുകാർ വരുന്നതിന് മുമ്പ് തന്നെ ഇന്ത്യയിൽ മുതലാളിത്തം വളരാൻ ആരംഭിച്ചിരുന്നു. അതിന്റെ ഭാഗമായി ചെറുകിട നഗരങ്ങളും വ്യാപാരകേന്ദ്രങ്ങളുമൊക്കെ രൂപപ്പെടുകയും ചെയ്തിരുന്നു. പ്രാദേശികഭാഷകളും വളരാനാരംഭിച്ചിരുന്നു. ബ്രിട്ടീഷുകാർ വരുകയും റെയിൽവേ ഗതാഗത സംവിധാനവും കമ്പിത്തപാലുമൊക്കെ ഏർപ്പെടുത്തുകയും ചെയ്തതോടെ സമ്പദ്‌വ്യവസ്ഥയുടെ വളർച്ച സംഭവിക്കുകയും സ്വയം സമ്പൂർണ്ണ ഗ്രാമവ്യവസ്ഥ പടിപടിയായി തകരുകയും ചെയ്തു. വ്യാപാരം വർദ്ധിച്ചതോടെ ആശയവിനിമയം വർദ്ധിക്കുകയും പരസ്പരാശ്രിതത്വം വർദ്ധിക്കുകയും ചെയ്തു. തുടർന്ന് കൊളോണിയൽ ആധിപത്യത്തിൻ കീഴിൽത്തന്നെ ദേശീയ ബൂർഷാസി വളർന്നുവരാൻ തുടങ്ങി. ഈ വളർച്ച സാമ്രാജ്യത്വ വിരുദ്ധ പോരാട്ടങ്ങളിലേക്കും ദേശീയതയുടെതന്നെ വ്യാപനത്തിലേക്കും വഴിതെളിച്ചു. അതിന്റെ വിശദാംശങ്ങളിലേക്ക് കടക്കുന്നതിനുമുമ്പ് ഇന്ത്യയിൽ പ്രാദേശിക ഭാഷകൾ വളർന്നുവന്നത് എങ്ങനെയെന്ന് പരിശോധിക്കാം.

ഭാഷ

മനുഷ്യൻ സമൂഹജീവിയായി മാറിയ കാലം മുതൽ തന്നെ ഭാഷയും രൂപപ്പെടാൻ തുടങ്ങിയിരുന്നു. തുടക്കത്തിൽ അത് ആംഗ്യഭാഷയായിരുന്നെങ്കിൽ പിന്നീടത് വാമൊഴിയായും വരമൊഴിയായും വികസിച്ചു. ലോകത്തിലെ ഏറ്റവും പഴക്കമുള്ള ഭാഷയായി കരുതപ്പെടുന്നത് സംസ്കൃതമാണ്. പക്ഷേ, സംസ്കൃതത്തിലെ ആദ്യകൃതിയായി കരുതുന്ന ഋഗ്വേദത്തിലെ സംസ്കൃതവും ആധുനിക സംസ്കൃതവും തമ്മിൽ നിരവധി വ്യത്യാസങ്ങളുണ്ട്. അതായത് ഭാഷ നിരന്തരമായി വികസിച്ചികൊണ്ടിരിക്കുന്ന ഒന്നാണ് എന്നാണിതിൽനിന്ന് വ്യക്തമാവുന്നത്. ഈ വളർച്ച സംഭവിക്കുന്നത് ജൈവഭാഷകൾക്ക് മാത്രമാണ്. മനുഷ്യർ തമ്മിൽ തമ്മിലും സമൂഹങ്ങൾ തമ്മിലും നടക്കുന്ന നിരന്തരമായ കൊടുക്കൽവാങ്ങലുകളിലൂടെയാണ് ഈ വികാസം സംഭവിക്കുന്നത്. സംസ്കൃതത്തിന്റെ തന്നെ അസംസ്കൃത രൂപങ്ങളാണ് പ്രാകൃതങ്ങൾ. വടക്കേ ഇന്ത്യയിലെ വിവിധ ഭാഗങ്ങളിൽ സംസ്കൃതത്തിന് പുറമെ പ്രാകൃതങ്ങളും പാലിയുമൊക്കെ ഉപയോഗിക്കപ്പെട്ടിരുന്നു. തെക്കേ ഇന്ത്യയിലാവട്ടെ മൂലഭാഷയായി കരുതിവരുന്നത് ദ്രാവിഡം എന്ന ഭാഷയാണ്. അതിൽനിന്ന് കന്നഡവും തെലുങ്കും രൂപംപ്രാപിച്ചതിനുശേഷവും കൊടുംതമിഴുകൾ ഉപയോഗിക്കപ്പെട്ടിരുന്നു. ഇതിന്റെ സംസ്കരിക്കപ്പെട്ട രൂപമാണ് ഇന്നത്തെ ചെന്തമിഴ്. സംസ്കൃതവും ചെന്തമിഴുമൊക്കെ സമൂഹത്തിലെ ഉന്നതകുലജാതരുടെ ഭാഷയായിരുന്നെങ്കിൽ പ്രാകൃതവും കൊടുംതമിഴും ഒക്കെ കീഴാളജനവിഭാഗത്തിന്റെ ഭാഷകളായിരുന്നു.

കാളിദാസന്റെ *അഭിജ്ഞാന ശാകുന്തള*ത്തിൽ ദുഷ്യന്തനും ശകുന്തളയും കണ്വനും ദുർവ്വാസാവുമൊക്കെ ഉപയോഗിക്കുന്നത് സംസ്കൃതഭാഷയാണെങ്കിൽ ശകുന്തളയുടെ മുദ്രമോതിരം വിഴുങ്ങിയ മത്സ്യത്തെ

പ്പിടിച്ച മുക്കുവൻ സംസാരിക്കുന്നത് പ്രാകൃതമാണ്. ഇത് കാണിക്കുന്നത് ഭാഷയ്ക്കും വർഗ്ഗപരമായ അതിർവരമ്പുകളുണ്ടായിരുന്നു എന്നാണ്. സംസ്കൃതമാണ് നമ്മുടെ വംശത്തിന്റെ യഥാർത്ഥ മാതൃഭാഷയെന്നാണ് സവർക്കർ അവകാശപ്പെടുന്നത്. ഈ അവകാശവാദത്തിലൂടെ സംസ്കൃതം കൈകാര്യം ചെയ്തിരുന്ന വരേണ്യവർഗ്ഗത്തിന്റെ സംസ്കാരമാണ് ഹൈന്ദവ സംസ്കാരമെന്നും അതിൽ അധഃസ്ഥിതർക്ക് യാതൊരു പങ്കാളിത്തവുമില്ലെന്നും പറയാതെ പറയുകയാണ് സവർക്കർ ചെയ്യുന്നത്.

പ്രാകൃതങ്ങളിൽനിന്ന് സംസ്കൃതമുണ്ടാവുകയാണോ അതോ സംസ്കൃതത്തിൽനിന്ന് പ്രാകൃതങ്ങൾ ഉണ്ടാവുകയാണോ ചെയ്തത് എന്നതൊരു തർക്കപ്രശ്നമാണ്. പ്രാകൃതങ്ങൾ സംസ്കരിക്കപ്പെട്ട് സംസ്കൃതമായി തീർന്നതാവാനാണ് സാദ്ധ്യത കൂടുതൽ. എന്തായാലും ഏകഭാഷ സംസാരിച്ചിരുന്നവരാണ് ഇന്ത്യക്കാരാകെ എന്ന വാദത്തിന് യാതൊരു അടിസ്ഥാനവുമില്ല. ഇതേപോലെ തെക്കേ ഇന്ത്യയിലാകെ ഉപയോഗിച്ചിരുന്നത് ദ്രാവിഡം എന്ന മൂല ഭാഷയാണെന്നും അതിൽനിന്ന് കന്നഡയും തെലുങ്കും വികസിച്ചതിന് ശേഷവും കൊടുംതമിഴ് നിലനിന്നിരുന്നുവെന്നും അത് സംസ്കരിക്കപ്പെട്ടതിലൂടെയാണ് ചെന്തമിഴ് രൂപപ്പെട്ടതെന്നുമാണ് ഭാഷാ പണ്ഡിതർ പറയുന്നത്. ഇതിൽ തന്നെ കൊടുംതമിഴിൽനിന്ന് രൂപപ്പെട്ടതാണ് മലയാളമെന്നും പറയുന്നു. തർക്കം മാറ്റിവെച്ചാൽ വ്യക്തമാകുന്ന വസ്തുത ഭാഷാഭേദവും ഭൂപ്രകൃതിയും തമ്മിൽ വലിയ ബന്ധമുണ്ട് എന്നതാണ്. ഇന്നത്തെപ്പോലെ ഒരിടത്തുനിന്ന് മറ്റൊരിടത്തേക്ക് എളുപ്പം എത്തിച്ചേരാൻ കഴിയാതിരുന്ന കാലത്ത് പ്രാദേശികമായ ആചാരങ്ങളും ജീവിതരീതികളും വീക്ഷണങ്ങളും ഒപ്പം പുറമേനിന്ന് വന്നുചേരുന്ന ജനവിഭാഗങ്ങളുടെ സ്വാധീനവുമൊക്കെ ഭാഷ രൂപപ്പെടുത്തുന്നതിൽ വലിയ പങ്കു വഹിച്ചിട്ടുണ്ട്. എന്തൊക്കെയായാലും ഒരേ ഭാഷ സംസാരിക്കുന്നവർ തമ്മിൽ നമ്മൾ ഒന്നാണെന്ന ഒരു വികാരം രൂപപ്പെട്ടുവരിക സ്വാഭാവികം. ദേശീയത രൂപപ്പെടുന്നതിൽ ഭാഷയ്ക്കൊരു പങ്കുണ്ടെന്ന് സ്റ്റാലിൻ പറഞ്ഞത് ഇതിന്റെ അടിസ്ഥാനത്തിലാണ്.

ഇന്ത്യയിൽ വ്യത്യസ്ത ഭാഷകളുടെ വികാസമുണ്ടാവുന്നത് ഭക്തി പ്രസ്ഥാനത്തിന്റെ കാലത്താണ്. ഉള്ളടക്കത്തിൽ മതപരമായ കാര്യങ്ങളാണ് ഈ കാലത്ത് എഴുതപ്പെട്ട കൃതികളിലുണ്ടായിരുന്നത്. എന്നാൽ അവയുടെ ഉള്ളടക്കം സാധാരണക്കാർക്കുപോലും മനസ്സിലാവുന്നവിധത്തിലാണ് രചിക്കപ്പെട്ടിരുന്നത്. അവയുടെ രചയിതാക്കളാവട്ടെ കൃഷിക്കാരും കർഷകത്തൊഴിലാളികളും കൈത്തൊഴിൽകാരുമായ കുടുംബങ്ങളിൽനിന്ന് ഉയർന്നുവന്നവരായിരുന്നു. ഇതിന്റെ ഫലമായി മതപരമായ കാര്യങ്ങളിൽ മാത്രം ഒതുങ്ങി നില്ക്കാതെ സാമൂഹിക ജീവിതത്തെയാകെ ബാധിക്കുന്ന ഒരു പുതിയ ബന്ധം രൂപംകൊള്ളുന്നതിനിടയായി. സമൂഹത്തിലെ കുലീനർക്കും സാധാരണക്കാർക്കും ഒക്കെ ബന്ധപ്പെടാവുന്ന മാദ്ധ്യമമെന്ന നിലയിൽ സാർവ്വത്രികമായ ഭാഷ രൂപംകൊള്ളു

ന്നതിന് ഇടയായി.

സാമ്പത്തികരംഗത്തുണ്ടായ മാറ്റമാണ് ഇതിന് അടിത്തറയായത്. പ്രാചീന-മദ്ധ്യകാലങ്ങളിൽ സമൂഹം പൊതുവിൽ സ്വയംസമ്പൂർണ്ണ കുടുംബങ്ങളെയും ഗ്രാമങ്ങളെയും ആസ്പദമാക്കിയാണ് ഇന്ത്യയിൽ നില കൊണ്ടിരുന്നതെങ്കിൽ അതിന് മാറ്റം വരാൻ തുടങ്ങി. ഉല്പാദിപ്പിക്കുന്നതിൽ മിച്ചം വരുന്നതിന്റെ അളവു കൂടുന്നതിനനുസരിച്ച് വിനിമയം വിപുലമായി. മുഗൾ സാമ്രാജ്യത്തിൻകീഴിൽ വടക്കേ ഇന്ത്യയിലും ഒപ്പം തന്നെ തെക്കേ ഇന്ത്യയിലും ചരക്കുകളുടെ കൊള്ളക്കൊടുക്കലുകൾ, അവയ്ക്ക് പണം ഉപയോഗിക്കൽ, പുത്തൻ വ്യാപാരമേഖലകൾ ഇതൊക്കെ ഉയർന്നുവരാൻ തുടങ്ങി. ഈ ജോലികളിൽ ഏർപ്പെട്ട വ്യാപാരികൾ, വ്യവസായികൾ എന്നിവരുടെയും അവരുമായി ഇടപെടേണ്ട ഉല്പാദകരുടെയും എണ്ണം വർദ്ധിച്ചു. ഈ വിവിധ വിഷയങ്ങൾ തമ്മിലുള്ള ആശയവിനിമയം വർദ്ധിച്ചു. ഗ്രാമങ്ങൾ തമ്മിൽ തമ്മിലും ഓരോ ഗ്രാമത്തിലെയും കുടുംബങ്ങൾ തമ്മിലുള്ള ബന്ധത്തിൽ സ്വയം സമ്പൂർണ്ണതയുടെ സ്ഥാനം കുറയുകയും പരസ്പരാശ്രിതത്വത്തിന്റെ പരിധി വിപുലീകരിക്കപ്പെടുകയും ചെയ്തു. പുതിയ ഭാഷയും സാഹിത്യവും വളർന്നു വരുന്നതിനുള്ള പശ്ചാത്തലം ഇതാണ്.

ബ്രിട്ടീഷുകാരുടെ ഭരണം വന്നതോടെ ഈ പ്രവണത ശക്തിപ്പെട്ടു. ചരക്കുകൈമാറ്റം, പണത്തിന്റെ ഉപയോഗം, അതിനെ ആസ്പദമാക്കിയ പുതിയ സാമൂഹ്യജീവിതം ഇതൊക്കെ വ്യാപകവും വിപുലവുമായി. രാജ്യത്തിന്റെ ഏതു ഭാഗത്തുള്ള ഉല്പാദകനെയും ഉപഭോക്താവിനെയുമൊക്കെ ലോകകമ്പോളവുമായി ബന്ധപ്പെടുത്തുന്ന പ്രവണത പോർച്ചുഗീസുകാരുടെ കാലത്തേതിനേക്കാൾ കൂടുതൽ ശക്തമായി. മതപരമായ കാര്യങ്ങളിൽ മാത്രമായി ഒതുങ്ങി നിന്നിരുന്ന ഭാഷ വ്യാപനം വൈജ്ഞാനിക മേഖലകളിലേക്കു കൂടെ കടന്നുവന്നു. വ്യാവസായിക വിപ്ലവത്തിന്റെ ഭാഗമെന്ന നിലയിലേക്ക് യൂറോപ്പിൽ ഉയർന്നുവന്ന ആധുനിക ശാസ്ത്ര വിജ്ഞാനം സാമാന്യ ജനതയ്ക്കു നല്കുന്ന ഒരു പുത്തൻ സാഹിത്യപ്രസ്ഥാനമെന്ന നിലയിൽ ഭാഷകൾ വികസിക്കാൻ തുടങ്ങി. ആധുനിക സാഹിത്യത്തിന്റെ ഭാഗമായി രൂപം കൊണ്ട ഗദ്യസാഹിത്യവും വികസിച്ചു. പൊതുവിൽ നാട്ടുഭാഷകളിലോരോന്നും വളർന്നു. ഇത് ഫലത്തിൽ വളർന്നുവരുന്ന ദേശീയ വിമോചനപ്രസ്ഥാനത്തിന് കരുത്തേകി. ഇതാണ് ഭാഷാദേശീയതകൾ രൂപപ്പെടുന്നതിന് തുടക്കം കുറിച്ചത്.

ബൂർഷ്വാ ജനാധിപത്യപ്രസ്ഥാനം

പ്രാദേശിക ഭാഷകൾ വികസിച്ചുവരുന്നതും അതിൽ ഭക്തി പ്രസ്ഥാനം വഹിച്ച പങ്കുമൊക്കെ മുൻ അദ്ധ്യായത്തിൽ വിശദീകരിച്ചിട്ടുണ്ട്. ആ വളർച്ചയ്ക്ക് ഒരു ക്രിയാത്മവശമുണ്ടെന്നതുപോലെതന്നെ ഒരു നിഷേധാത്മകവശവുമുണ്ടായിരുന്നു. അന്നു വളർന്നുവന്ന പ്രാദേശിക ഭാഷാസാഹിത്യത്തിൽ ഏറക്കുറെ നൂറുശതമാനവും ആത്മീയതയുമായോ മതവുമായോ ബന്ധപ്പെട്ടതായിരുന്നു എന്നതാണതിന്റെ നിഷേധാത്മകവശം. പിന്നീട് വളർന്നുവന്ന വർഗ്ഗീയതയ്ക്ക് അടിത്തറയിട്ടത് ഈ മതവിശ്വാസത്തിന്റെ ദുരുപയോഗമായിരുന്നു. അന്നത്തെ ഭാഷാ സാഹിത്യം ഹിന്ദു എന്ന് പിന്നീട് അറിയപ്പെട്ട മതത്തിന്റെ ആഭ്യന്തരമായ യോജിപ്പിന് വലിയ പങ്കു വഹിച്ചിട്ടുണ്ട്. *രാമായണം, മഹാഭാരതം* തുടങ്ങിയ ഇതിഹാസങ്ങളും മറ്റു ഹിന്ദുപുരാണങ്ങളുമൊക്കെ പ്രാദേശിക ഭാഷ മാത്രം അറിയുന്ന ജനവിഭാഗങ്ങൾക്കിടയിൽ സ്വാധീനം ചെലുത്താൻ തുടങ്ങിയത് ഈ ഭാഷാ വളർച്ചയുടെ ഭാഗമായിട്ടായിരുന്നു. അതായത് ഒരു ഭാഗത്ത് ഹിന്ദുമതത്തിന്റെയും മറുഭാഗത്ത് മുസ്ലിംമതത്തിന്റെയും സ്ഥാപനവല്ക്കരണത്തിൽ പ്രാദേശിക ഭാഷാസാഹിത്യത്തിന്റെ വളർച്ച വലിയ പങ്കു നിർവ്വഹിച്ചു. സംസ്കൃത ഭാഷ അറിയുന്നവരിൽ മാത്രമായി ഒതുങ്ങി നിന്നിരുന്ന ഇതിഹാസങ്ങളും പുരാണങ്ങളുമൊക്കെ വിപുലമായ ജനവിഭാഗത്തിലേക്ക് എത്തിച്ചേർന്നത് ഇതിനെത്തുടർന്നാണ്.

ബ്രിട്ടീഷുകാരുടെ വരവിന് മുമ്പ് ഇന്ത്യയിൽ പ്രാദേശികമായി നടന്ന മുതലാളിത്തവളർച്ച വളരെ മന്ദഗതിയിലുള്ള ഒന്നായിരുന്നു. ബ്രിട്ടീഷുകാർ അധികാരം പിടിച്ചതിനുശേഷം ആദ്യം ചെയ്തത് തദ്ദേശീയമായ മുതലാളിത്ത ഉല്പാദന വ്യവസ്ഥയെ തകർക്കലായിരുന്നു. എന്നാൽ

ഇന്ത്യയുടെ സമ്പത്ത് കവർന്നെടുക്കുന്നതിന് അവർക്ക് തന്നെ ചില മുതലാളിത്ത വികസന നടപടികൾ സ്വീകരിക്കേണ്ടതായും വന്നു. ഇന്ത്യയിൽ പുതിയതായി രൂപംകൊണ്ട ദല്ലാൾ മുതലാളിമാർ ഒരു ഘട്ടം കഴിഞ്ഞപ്പോൾ ദേശീയ മുതലാളി വർഗ്ഗമായി രൂപം മാറി. ബ്രിട്ടീഷുകാർ ഏർപ്പെടുത്തിയ ആധുനിക വിദ്യാഭ്യാസ സംവിധാനവും മുതലാളിത്ത വളർച്ചയുംകൂടെയായപ്പോൾ ഭാഷ ആത്മീയതയ്ക്കപ്പുറത്തുള്ള ശാസ്ത്ര സാങ്കേതിക വിഷയങ്ങളിലേക്കും വ്യാപിച്ചു. ഇത് പ്രാദേശിക ഭാഷയുടെ പൊതുവായ വളർച്ചയ്ക്കു സഹായകമായി.

ഈ വളർച്ചയിൽ മുൻപന്തിയിൽ നിന്നത് ബംഗാളി ഭാഷതന്നെയായിരുന്നു. മുതലാളിത്ത വളർച്ചയുടെ ഭാഗമായുണ്ടായ നവോത്ഥാന പ്രസ്ഥാനവും ഭാഷയുടെ വളർച്ചയ്ക്കും തുടർന്ന് ദേശീയവിമോചനപോരാട്ടങ്ങളുടെ വികാസത്തിനും കാരണമായി. ദേശീയപ്രസ്ഥാനത്തിന്റെ കേന്ദ്രമെന്ന നിലയിൽ കൽക്കത്തയും പ്രാന്തപ്രദേശങ്ങളും മാറി. ബംഗാളിനെ വിഭജിച്ചുകൊണ്ട് ഈ മുന്നേറ്റത്തെ തടയാനാണ് ബ്രിട്ടീഷുകാർ ശ്രമിച്ചത്. ബംഗാളി ഭാഷ സംസാരിക്കുന്നവരുടെ ഐക്യം തകർക്കലായിരുന്നു അവരുടെ ഉദ്ദേശ്യം. എന്നാൽ ബംഗാൾ വിഭജനത്തിനെതിരെ ശക്തിയായ പോരാട്ടം ഉയർന്നുവരികയും അവസാനം അവർക്ക് ബംഗാൾ വിഭജനം പിൻവലിക്കേണ്ടതായും വന്നുചേർന്നു.

വിഭജനത്തിനെതിരായി ബംഗാളികൾ ഒറ്റക്കെട്ടായി നടത്തിയ സമരവും അതിന് ഇന്ത്യയിലാകെയുള്ള ദേശീയവിമോചന പ്രസ്ഥാനത്തിൽനിന്ന് കിട്ടിയ പിന്തുണയും മറ്റു ഭാഷാവിഭാഗങ്ങളിലും ആവേശമുണർത്തി. ഭരണസൗകാര്യാർത്ഥം ബ്രിട്ടീഷുകാർ രൂപംനല്കിയ സംസ്ഥാനങ്ങൾക്ക് പകരം ഒരു ഭാഷ സംസാരിക്കുന്നവർ ആകെ ഉൾപ്പെടുന്ന വെവ്വേറെ സംസ്ഥാനങ്ങൾ രൂപപ്പെടുത്തുക എന്ന ആശയത്തിന് മുൻകൈ കിട്ടുന്നതിന് ഇത് ഇടയാക്കി. ഇതിന്റെ പ്രതികരണം ഇന്ത്യയിലാകെയുണ്ടായി. അതാണ് ഭാഷാ സംസ്ഥാനരൂപീകരണത്തിലേക്ക് നയിച്ചത്.

ഇക്കാര്യം വിലയിരുത്തിക്കൊണ്ട് *ഇന്ത്യൻ സ്വാതന്ത്ര്യസമരചരിത്രം* എന്ന ബൃഹത് ഗ്രന്ഥത്തിൽ ഇ എം എസ് ഇങ്ങനെ പറഞ്ഞു:

> റാം മോഹന്റെയും മറ്റും നേതൃത്വത്തിൽ ഉയർന്നുവന്ന സാമൂഹിക പരിഷ്കാര പ്രസ്ഥാനം തൊട്ട് ഇന്ത്യൻ നാഷണൽ കോൺഗ്രസ്സും അതിലെ മിതവാദി-തീവ്രവാദി വിഭാഗങ്ങളുംവരെ ഇന്ത്യയിൽ അങ്ങോളമിങ്ങോളം വ്യാപിച്ചു. ബൂർഷ്വാ ജനാധിപത്യ പ്രസ്ഥാനങ്ങൾ രണ്ടുകാര്യം ഒരേസമയം ചെയ്തു.
>
> ഒന്നാമത്, ഇന്ത്യൻ സമൂഹത്തിന്റെ ആധുനികവല്ക്കരണം, ഇന്ത്യക്ക് ബ്രിട്ടീഷ് മേധാവിത്വത്തിൽനിന്ന് മോചനം എന്നിവയെ ആസ്പദമാക്കിക്കൊണ്ടുള്ള ഒരഖിലേന്ത്യാപ്രസ്ഥാനത്തിന് അതു

രൂപംനല്കി.

രണ്ടാമത്, ഇതിന്റെ ഭാഗമായിത്തന്നെ വിവിധ ഇന്ത്യൻഭാഷകളിൽ പത്രങ്ങൾ, മാസികകൾ, ഗ്രന്ഥങ്ങൾ മുതലായവ പ്രസിദ്ധീകരിക്കുകയും യോഗങ്ങൾ, സമ്മേളനങ്ങൾ മുതലായവ സംഘടിപ്പിച്ച് പ്രസംഗങ്ങൾ നടത്തുകയും ചെയ്തു. ഇതിനെല്ലാം പ്രയോജനപ്പെടുന്ന ഒരു ആധുനിക ഭാഷാശൈലി രൂപപ്പെടുത്തി.

പൊതുലക്ഷ്യങ്ങൾക്കുവേണ്ടി, പൊതുകാഴ്ചപ്പാടിനനുസരിച്ച്, പോരാടിക്കൊണ്ടിരുന്ന ഇന്ത്യൻ ജനതയുടെ അഭേദ്യഭാഗമായിത്തന്നെ വിവിധ ഭാഷകൾ സംസാരിക്കുന്ന ജനവിഭാഗങ്ങളെ ഓരോന്നിനെയും അതിന്റേതായ സവിശേഷ ദേശീയ വ്യക്തിത്വത്തോടുകൂടിയ ജനസമൂഹങ്ങളാക്കി ഉയർത്തുകയാണ് ബൂർഷ്വാ ജനാധിപത്യപ്രസ്ഥാനം ചെയ്തത്. ബംഗാളികൾ, മഹാരാഷ്ട്രക്കാർ മുതലായ വിവിധ ദേശീയ ജനവിഭാഗങ്ങൾക്ക് താന്താങ്ങളുടെ സ്വന്തമായ ഏകതാബോധമുണ്ടാവുന്നത് അവരെല്ലാം ചേർന്ന ഇന്ത്യയുടെ പൊതുദേശീയബോധത്തിന് തടസ്സമല്ല; അവ രണ്ടും പരസ്പരപൂരകമാണ് എന്ന് അർത്ഥം.

എന്നാൽ ഇതിനൊരു പോരായ്മയുണ്ടായിരുന്നു. ഇത് ബാധകമായത് ബ്രിട്ടീഷ് ഇന്ത്യക്കും അതിലെ ജനങ്ങൾക്കും മാത്രമായിരുന്നു എന്നതാണത്. നാട്ടുരാജ്യങ്ങളെ ഭാഷാസംസ്ഥാനത്തിന്റെ പരിധിയിൽപ്പെടുത്തുന്ന കാര്യം അന്നത്തെ ദേശീയപ്രസ്ഥാനത്തിന്റെ അജണ്ടയിൽ വന്നിരുന്നില്ല. ഇന്ത്യയുടെ ദേശീയ സ്വാതന്ത്ര്യസമര പോരാട്ടത്തിന് നേതൃത്വം കൊടുത്തിരുന്ന ബൂർഷ്വാസി നാടുവാഴിത്തവുമായി സന്ധി ചെയ്തുകൊണ്ടാണ് മുന്നോട്ടു പോയിരുന്നത് എന്നതാണതിന് കാരണം.

മുതലാളിത്തം

ദേശീയതയും മാർക്സിസവും എന്ന ലഘുലേഖയിൽ ദേശീയതയ്ക്ക് സ്റ്റാലിൻ നല്കുന്ന നിർവ്വചനത്തിൽ രാഷ്ട്രമായി സംഘടിതമാക്കപ്പെടുന്ന ജനസമൂഹത്തിന് പൊതുവായ ഒരു സാമ്പത്തിക ജീവിതം മാത്രമല്ല സാമ്പത്തികമായ പരസ്പരാശ്രിതത്വവും ഉണ്ടായിരിക്കും എന്നു വ്യക്തമാക്കിയിട്ടുണ്ട്. ശ്രീരാമന്റെയും ഭരതന്റെയും ഭരണകാലത്തും തുടർന്നും ഇങ്ങനെയൊരു ഘടകം ഇന്ത്യയിൽ ഉണ്ടായിരുന്നില്ല. ബ്രിട്ടീഷുകാരുടെ വരവോടെയാണ് പൊതുവായ സാമ്പത്തിക ജീവിതവും സാമ്പത്തികമായ പരസ്പരാശ്രിതത്വവും ആരംഭിച്ചത് എന്നല്ല; ബ്രിട്ടീഷുകാരുടെ വരവിന് മുമ്പു തന്നെ സ്വയം സമ്പൂർണ്ണ ഗ്രാമങ്ങൾ തകരാൻ ആരംഭിച്ചിരുന്നു. അക്കാര്യമാണ് ഈ അദ്ധ്യായത്തിൽ പരിശോധനാവിധേയമാക്കുന്നത്.

പതിനേഴും പതിനെട്ടും നൂറ്റാണ്ടുകളിൽ ഇന്ത്യ സന്ദർശിച്ച സഞ്ചാരികളുടെ കുറിപ്പുകളിൽനിന്ന് മനസ്സിലാകുന്നത് യൂറോപ്പിലെ നഗരങ്ങൾക്കൊപ്പമോ അതിലും വലുതോ ആയ നഗരങ്ങൾ ഇന്ത്യയിലുണ്ടായിരുന്നുവെന്നാണ്. അവയിൽ ചിലത് രാജകീയ തലസ്ഥാനങ്ങളോ തീർത്ഥാടന കേന്ദ്രങ്ങളോ ആയിരുന്നു. ഹൂഗ്ലി, ഢാക്ക, കാസിംബസാർ, പാറ്റ്ന, മസൂലി പട്ടണം, ബനാറസ്, മിഡ്നാപൂർ, ആഗ്ര, ലാഹോർ, അഹമ്മദാബാദ്, സൂറത്ത് തുടങ്ങിയവ സമ്പന്ന വ്യവസായ വാണിജ്യ കേന്ദ്രങ്ങളുണ്ടായിരുന്നു. എന്നാൽ അവയൊന്നുംതന്നെ ആധുനിക വ്യവസായകേന്ദ്രങ്ങളായിരുന്നുമില്ല. "ഉപഭോക്താവിന്റെ ആവശ്യപ്രകാരം നിർമ്മിക്കുന്ന വസ്തുക്കളാണ്", ചരക്കുകളല്ല അവിടെ മുഖ്യമായും ഉല്പാദിപ്പിച്ചിരുന്നത്. കൂലിവേലസമ്പ്രദായം അപൂർവ്വമായിരുന്നു. ചെറുകിടചരക്കുല്പാദനം എന്നു വിളിക്കാവുന്ന ഒരു രീതിയും ചിലേടങ്ങളിൽ വളർന്നു

വന്നിരുന്നു. കച്ചവടക്കാർ പണമോ അസംസ്കൃത വസ്തുക്കളോ കൈവേലക്കാർക്കു നല്കും, അവർ അതിൽ നിർമ്മാണ പ്രവർത്തനം നടത്തും. നിർമ്മിതവസ്തുക്കൾ അപ്പാടെ കച്ചവടക്കാർക്കു നല്കണം. ഫലത്തിൽ അദ്ധ്വാന ശക്തി കച്ചവടക്കാർക്ക് വില്ക്കുകയും അവർക്കു വേണ്ടി വീട്ടിലിരുന്ന് തൊഴിലെടുക്കുകയും ചെയ്യുന്ന ആധുനിക തൊഴിലാളി വർഗ്ഗത്തിന്റെ മുൻമുറക്കാർ എന്ന് വിളിക്കാവുന്ന തലത്തിൽപ്പെട്ട വരായിരുന്നു ഈ കൈവേലക്കാർ. ചില സ്ഥലങ്ങളിലാവട്ടെ കച്ചവടമുതലാളി കുറെ വേലക്കാരെ ഒരേ സ്ഥലത്തുവെച്ച് കൂലിക്കു പണിയെടുപ്പിക്കുന്ന രീതിയും വളർന്നുവന്നിരുന്നു. എന്നാൽ അവർക്കിടയിൽ തൊഴിൽ വിഭജനം ഉണ്ടായിരുന്നില്ല. ഓരോ തൊഴിലാളിയും ഒരു ഉല്പന്നം പൂർണ്ണമായി ഉല്പാദിപ്പിക്കുന്ന രീതിയാണുണ്ടായിരുന്നത്. ആധുനിക യന്ത്രങ്ങളോ ആവിശക്തിയോ ഒന്നും ഉല്പാദനത്തിൽ ഉപയോഗപ്പെടുത്തിയിരുന്നില്ല.

ചെറുകിട ചരക്കുല്പാദനം, മുതലാളിത്ത നിർമ്മാണം എന്നീ ഘട്ടങ്ങൾ കടന്നു വ്യവസായശാലകൾ എന്ന മൂന്നാം ഘട്ടത്തിലേക്ക് ഇന്ത്യയുടെ മുതലാളിത്തം വളർന്നിരുന്നില്ല. ഇത് തടയുന്നതിൽ മുഖ്യ പങ്ക് വഹിച്ചത് ജാതിവ്യവസ്ഥയാണ്. സ്വാഭാവിക സമ്പദ്വ്യവസ്ഥയുടെ അനുബന്ധങ്ങളായിരുന്ന ഗ്രാമീണ കുടിൽ വ്യവസായത്തിനും കൈത്തൊഴിൽ ഉല്പാദനത്തിനും പുറമെ ചെറുകിട ചരക്കുല്പാദനം ഇന്ത്യയിൽ നടന്നിരുന്നെങ്കിലും ദാരിദ്രവും അജ്ഞതയുംമൂലം യഥാർത്ഥ ഉല്പാദകർ സാങ്കേതിക കണ്ടുപിടുത്തങ്ങൾ നടത്താൻ പ്രാപ്തരായിരുന്നില്ല. ഈ ദാരിദ്ര്യത്തിനും അജ്ഞതയ്ക്കും അടിസ്ഥാനം ജാതിവ്യവസ്ഥയായിരുന്നു. പണമൂലധനം കൈവശമുണ്ടായിരുന്ന മേൽ ജാതിക്കാരായ കച്ചവടക്കാർ ജാതിവ്യവസ്ഥമൂലം ഉല്പാദനപ്രക്രിയയെക്കുറിച്ച് അജ്ഞാതരായിരുന്നു. സാങ്കേതിക കണ്ടുപിടിത്തങ്ങൾ പ്രോത്സാഹിപ്പിച്ച് ഉല്പാദനരംഗത്ത് വിപ്ലവകരമായ മാറ്റം വരുത്തുകയെന്നത് അവരുടെ ജാത്യാചാരങ്ങൾക്ക് നിരക്കുന്നതായിരുന്നില്ല. കൈത്തൊഴിലുകാർക്ക് വായ്പ നല്കാനും അതുവഴി അവരെ അടിമസമാനജീവിതത്തിൽത്തന്നെ നില നിർത്താനുമായിരുന്നു ഇക്കൂട്ടർക്കു താല്പര്യം. അങ്ങനെ പൂർണ്ണതയിലേക്ക് വളരാനാവാതെ വഴിമുട്ടിനിന്ന ഉല്പാദനപ്രക്രിയ അധിനിവേശ ഭരണത്തിൽ തകർന്നു തരിപ്പണമായി.

ബംഗാളിലും ഉത്തരേന്ത്യയുടെ വിവിധ ഭാഗങ്ങളിലും ബ്രിട്ടീഷ് ഭരണം അടിച്ചേല്പിച്ചതിനുശേഷം ഈസ്റ്റ് ഇന്ത്യാകമ്പനിയും അവരുടെ ദല്ലാളുകളും ചെറുകിട ചരക്കുല്പാദകരെ, വിശിഷ്യാ യൂറോപ്പിൽ വൻ ഡിമാന്റുണ്ടായിരുന്ന ചരക്കുകൾ ഉല്പാദിപ്പിച്ചിരുന്ന നെയ്ത്തുകാരെ തകർക്കുന്നതിനുള്ള നടപടികളാണാവിഷ്കരിച്ചത്. അവരുടെ ഉല്പന്നങ്ങൾ കുറഞ്ഞ വിലയ്ക്കു വില്ക്കുവാൻ നിർബ്ബന്ധിക്കുക മാത്രമല്ല അവർക്കെതിരെ മർദ്ദനങ്ങളും പീഡനങ്ങളും അഴിച്ചുവിടുകയും ചെയ്തു. സ്വകാര്യ ഉപഭോക്താക്കൾക്കുവേണ്ടി ഉല്പാദനം നടത്തുന്നതിൽനിന്ന്

അവരെ തടയുകയും കമ്പനിക്കുവേണ്ടി ജോലിയെടുക്കാൻ നിർബ്ബന്ധിക്കുകയും ചെയ്തു. ഇന്ത്യയിൽ സ്വാഭാവികമായി വളർന്നുവന്ന ഉല്പാദന വ്യവസ്ഥ തകർക്കുകയും അധിനിവേശക്കാരുടെ കൈകളിലേക്ക് ഉല്പാദന മേഖലയെ എത്തിക്കുകയുമായിരുന്നു ഈ നടപടികളുടെ ലക്ഷ്യം. വ്യവസായങ്ങൾ മാത്രമല്ല വൻകിടക്കാരായ ഇന്ത്യൻ കച്ചവടക്കാരും ഇതോടെ തകർക്കപ്പെട്ടു. അവരുടെ സ്ഥാനത്ത് പുതിയ ദല്ലാളുകൾ ഉയർന്നുവന്നു. ഈ ദല്ലാൾ മുതലാളിത്തത്തിൽനിന്നാണ് ഇന്ത്യയിൽ പുതിയ വ്യാവസായിക മുതലാളിത്തം വളർന്നുവന്നത്. ഈ ദല്ലാൾ പാരമ്പര്യം ഉണ്ടെങ്കിലും "വ്യവസായരംഗത്തേക്ക് കാലെടുത്തു കുത്തുകയും അതിലൂടെ വളരാൻ ശ്രമിക്കുകയും ചെയ്തപ്പോൾ തങ്ങളുടെ താല്പര്യങ്ങളും വിദേശനിക്ഷേപ താല്പര്യങ്ങളും തമ്മിൽ പല പൊരുത്തക്കേടുകളുമുണ്ടെന്നവർക്ക് ബോദ്ധ്യപ്പെട്ടു. അങ്ങനെ ഒരു വശത്ത് രാജഭക്തിയും മറുവശത്ത് ബ്രിട്ടീഷ് ഭരണാധികാരികളുടെ നയസമീപനത്തോടെതിർപ്പുള്ള ഒരു വിഭാഗമായി ഇവർ മാറാൻ തുടങ്ങി" എന്ന് ഇ എം എസ് *ഇന്ത്യൻ സ്വാതന്ത്ര്യസമര*മെന്ന വിഖ്യാത ഗ്രന്ഥത്തിൽ രേഖപ്പെടുത്തുന്നുണ്ട്. ഈ ഏറ്റുമുട്ടലാണ് പിന്നീട് ഇന്ത്യയുടെ ദേശീയ സ്വാതന്ത്ര്യ സമരപ്രസ്ഥാനത്തിന്റെ രൂപീകരണത്തിലേക്കും വളർച്ചയിലേക്കും അതുവഴി ആധുനിക ദേശീയബോധത്തിലേക്കും ഇന്ത്യൻ ജനതയെ നയിക്കുന്നത്.

പാകിസ്ഥാൻ വാദം

മുതലാളിത്തത്തിന്റെ ഭാഗമായി വളർന്നുവന്ന പാർലമെന്ററി ജനാധിപത്യ വ്യവസ്ഥയിലാണ് അതുവരെ പ്രജകളായിരുന്ന ജനങ്ങൾ പൗരന്മാർ ആയി ഉയർത്തപ്പെടുന്നത്. അപ്പോഴാണ് തങ്ങൾ അധിവസിക്കുന്ന രാജ്യം തങ്ങളുടേതാണെന്ന ബോധനിലവാരത്തിലേക്ക് അവർ എത്തിച്ചേരുന്നത്. രാജവാഴ്ചക്കാലത്ത് അവർ പ്രജകൾ മാത്രമാണ്. അവർക്ക് ഭരണത്തിൽ യാതൊരു പങ്കുമില്ല. എല്ലാം നിശ്ചയിക്കുന്നത് രാജാവാണ്. സമൂഹത്തിൽ വർഗ്ഗവൈരുദ്ധ്യങ്ങൾ മൂർച്ഛിക്കുകയും ഭരണ വർഗ്ഗത്തിന് ഭരണീയരെ അടക്കി നിർത്തുന്നതിന് സായുധവും ഒപ്പം വ്യവസ്ഥാപിതവും ആയ ഒരു ഉപകരണം സ്ഥായിയായി നിലനിർത്തേണ്ടത് ആവശ്യമായി വരികയും ചെയ്തപ്പോഴാണ് ഭരണകൂടം ഉയർന്നുവന്നത്. എന്നാൽ ഇന്ത്യയിൽ ഭരണവർഗ്ഗം ഭരണീയരെ അടക്കിനിർത്തുന്നതിന് ആയുധങ്ങളെ മാത്രമല്ല ദൈവങ്ങളെയും മതത്തെയുംവരെ ഉപയോഗിച്ചിരുന്നു. ക്രിസ്ത്യൻ, ഇസ്ലാം മതങ്ങൾ ആധിപത്യമുള്ള വർഗ്ഗത്തിനെതിരായ പോരാട്ടത്തിന്റെ രൂപത്തിലാണ് ഉയർന്നുവന്നതെങ്കിൽ വൈദിക കാലം മുതൽ ആധുനിക ഹിന്ദുമതം വരെയുള്ള ചരിത്രം പരിശോധിച്ചാൽ അത് ആധിപത്യമുള്ള വർഗ്ഗത്തിന്റെ കൈയിലെ ഒരു മർദ്ദനോപകരണമായിരുന്നുവെന്ന് കാണാനാവും. അതിന്റെ ഉദാഹരണങ്ങളാണ് മുൻ അദ്ധ്യായങ്ങളിൽ ചിലതിൽ വ്യക്തമാക്കിയത്.

മനുസ്മൃതി, അനുസരിച്ച് രാജാവ് ദൈവത്തിന്റെ പ്രതിപുരുഷനാണ്. ബ്രഹ്മാവ് രാജാവിനെ സൃഷ്ടിക്കുന്നത് തന്നെ 'ഇന്ദ്രൻ, വായു, യമൻ, അർക്കൻ, അഗ്നി, വരുണൻ, ചന്ദ്രൻ, കുബേരൻ' എന്നിവരുടെ നിത്യങ്ങളായ സാരാംശങ്ങളെ ഒന്നിച്ചു ചേർത്തുകൊണ്ടാണെന്നാണ് *മനുസ്മൃതി* പറയുന്നത്. ദൈവത്തോട് ഭക്തിയുള്ളവരെല്ലാംതന്നെ രാജാവിനോടും

ഭക്തിയുള്ളവരായിരിക്കണം എന്ന് വരുത്തിത്തീർക്കാൻ ഇന്ത്യയിലെ ചാതുർവർണ്യ-ജാതി വ്യവസ്ഥകൾക്കും തുടർന്ന് രൂപപ്പെട്ട ഹിന്ദുമതത്തിനും കഴിഞ്ഞിരുന്നു എന്നത് ഒരു ഇന്ത്യൻ യാഥാർത്ഥ്യമാണ്.

ഇതിനെ നമുക്ക് മതാധിഷ്ഠിത രാജ്യഭക്തി എന്നു വിളിക്കാമെന്നല്ലാതെ ദേശീയതയെന്നോ ദേശസ്നേഹമെന്നോ വിശേഷിപ്പിക്കാനാവില്ല. ഇത് രാജ്യസ്നേഹമായിരുന്നില്ല; രാജാവിനോടുള്ള ഭക്തി മാത്രമായിരുന്നു. ദേശസ്നേഹമെന്നാൽ ഭരിക്കുന്ന സർക്കാരിനോടുള്ള കൂറു പ്രഖ്യാപിക്കലായി മാറ്റുന്ന ആർ എസ് എസ് യുക്തി ഇവിടെനിന്നാണ് രൂപം കൊള്ളുന്നത്. മതത്തെയും ദൈവവിശ്വാസത്തെയും ഉപയോഗപ്പെടുത്തി ഭരണവർഗ്ഗം അടിച്ചമർത്തപ്പെട്ടവരുടെ പ്രതിഷേധങ്ങളും പ്രതിരോധങ്ങളും ഒതുക്കി നിർത്തി എന്നതാണ് വസ്തുത. ഇതേ അവസ്ഥയാണ് സവർക്കർ *ഹിന്ദുത്വ*യിലൂടെ ഉദ്ദേശിക്കുന്നത്. ശ്രീരാമൻ, സുഗ്രീവനേയും ഹനുമാനേയും വിഭീഷണനേയും തന്റെ ക്ഷത്രിയവീര്യംകൊണ്ട് കീഴടക്കി സാമന്തന്മാരാക്കിയതുപോലെ മുസ്ലീങ്ങളെയും ക്രിസ്ത്യാനികളെയും കമ്യൂണിസ്റ്റുകാരെയും ദളിതരെയുമൊക്കെ മേൽജാതി മേധാവിത്വത്തിന് കീഴടക്കി നിർത്തുന്ന, രണ്ടാംതരം പൗരന്മാരാക്കി ഒതുക്കി നിർത്തുന്ന, ഒന്നിനെയാണ് ഹിന്ദുത്വദേശീയതയിലുടെ സവർക്കർ ആഗ്രഹിക്കുന്നത്.

ഈ ആശയഗതി പരിമിതമായ തോതിലെങ്കിലും ഇന്ത്യയുടെ സ്വാതന്ത്ര്യസമര പ്രസ്ഥാനത്തിനെയും സ്വാധീനിച്ചിരുന്നു. ബ്രിട്ടീഷുകാർ ഇന്ത്യയെ അടക്കി ഭരിക്കാൻ തുടങ്ങിയപ്പോൾ അവർ പ്രചരിപ്പിച്ചത്, ബ്രിട്ടീഷ് ഭരണം ഇന്ത്യയുടെ നന്മയ്ക്കും പുരോഗതിക്കും വേണ്ടിയാണെന്നായിരുന്നു. അവരുടേത് ഉന്നതമായ സംസ്കാരമാണ്; അവരുടെ കൈയിൽ ആധുനിക സാങ്കേതികവിദ്യയുണ്ട്. അതുകൊണ്ടുതന്നെ സാംസ്കാരികമായി പിന്നോക്കം നില്ക്കുന്ന ഇന്ത്യാക്കാർ ബ്രിട്ടീഷുകാരാൽ ഭരിക്കപ്പെടേണ്ടതാണ് എന്ന സിദ്ധാന്തമാണ് അവർ പ്രചരിപ്പിച്ചത്. ഇതിനെതിരായി ഇന്ത്യയുടെ മഹത്തായ സാംസ്കാരിക പാരമ്പര്യത്തെക്കുറിച്ച് പറയേണ്ടതുണ്ടായിരുന്നു. ഇന്ത്യാക്കാരുടെ ആത്മാഭിമാനം ഉയർത്താൻ അതാവശ്യവുമായിരുന്നു. അതിന്റെ ഭാഗമായി ഇന്ത്യയുടെ പാരമ്പര്യമാകെ മഹത്തരം എന്ന വാദം ഉയർന്നുവന്നു. ചാതുർവർണ്യവും ജാതിവ്യവസ്ഥയുമൊക്കെ മഹത്വവല്ക്കരിക്കപ്പെട്ടു. വിശ്വാസങ്ങൾ ജനങ്ങളെ സ്വാതന്ത്ര്യസമരപ്രസ്ഥാനത്തിന് പിറകിൽ അണിനിരത്തുന്നതിനായി ഉപയോഗിക്കപ്പെട്ടു. കാളിപൂജയും ഗണേശപൂജയുമൊക്കെ ദേശീയ പ്രസ്ഥാനത്തിന്റെ ഭാഗമായത് അങ്ങനെയാണ്. ഒന്നാം സ്വാതന്ത്ര്യ സമരത്തിൽ പട്ടാളക്കാരുടെ തോക്കിൽ വെടിയുണ്ടയുടെ സ്വതന്ത്ര സഞ്ചാരത്തിന് ഉപയോഗിക്കുന്നത് പശുവിൻ നെയ്യാണെന്നും പന്നി നെയ്യാണെന്നും ഒക്കെ പ്രചരിപ്പിച്ചത് മതവിശ്വാസത്തെ ഇളക്കിവിടുന്നതിനായിരുന്നു.

ഇതിന്റെ ഒക്കെ അനന്തരഫലം സ്വാതന്ത്ര്യാനന്തര ഇന്ത്യ ഹിന്ദു

ഇന്ത്യയാകുമോ അതോ മുസ്ലീം ഇന്ത്യയാകുമോ എന്ന സംശയം ഹിന്ദു -മുസ്ലീം മതവിശ്വാസികളിൽ അങ്കുരിപ്പിക്കലായിരുന്നു. സ്വാതന്ത്ര്യ സമരത്തിന്റെ ഭാഗമായി വളർന്നുവരേണ്ടിയിരുന്ന ദേശീയബോധത്തെ ഹിന്ദു വർഗ്ഗീയതയും മുസ്ലിം വർഗ്ഗീയതയുമായി ഭിന്നിപ്പിക്കുന്നതിന് സാമ്രാജ്യത്വ ശക്തികൾക്ക് കഴിഞ്ഞത് ഇതിനാലാണ്. ഇതാണ് സ്വതന്ത്ര പാകിസ്ഥാൻ വാദത്തിലേക്ക് നയിച്ചത്.

'പാകിസ്ഥാനും ദേശീയൈക്യവും'

ഭാഷാദേശീയതകൾ ഉയർന്നു വരുന്നതോടൊപ്പംതന്നെ സാമ്രാജ്യത്വവിരുദ്ധപ്പോരാട്ടത്തിന്റെ ഭാഗമായി ദേശീയതകൾ തമ്മിലുള്ള ഐക്യവും വളർന്നുവരുന്നതായാണ് കഴിഞ്ഞ അദ്ധ്യായത്തിൽ നാം കണ്ടത്. എന്നാൽ ഇന്ത്യൻ നാഷണൽകോൺഗ്രസിന്റെ നേതാക്കളിൽ ഒരു വിഭാഗം ഹിന്ദുപുനരുജ്ജീവനവാദവുമായി യോജിച്ചു പോകുന്നവരായിരുന്നു. സ്വാഭാവികമായും സ്വതന്ത്ര ഇന്ത്യ ഒരു ഹിന്ദു ഇന്ത്യയായി തീരുമെന്ന ഭീതി മുസ്ലീങ്ങളിലും അതൊരു ബ്രാഹ്മണ മേധാവിത്വ ഇന്ത്യയായി തീരുമെന്ന ഭീതി, ദളിത്-ദ്രാവിഡ-പിന്നോക്ക വിഭാഗങ്ങളിലും വളർന്നുവന്നു. ഇതിൽ മുസ്ലീം ജനവിഭാഗത്തിന്റെ ഭയപ്പാടിനെ മുതലെടുത്ത് മുസ്ലീംലീഗ് വളരുകയും അത് ആത്യന്തികമായി പാകിസ്ഥാൻ വാദത്തിലെത്തിച്ചേരുകയും ചെയ്തു. ദളിത്-ദ്രാവിഡ-പിന്നോക്ക ജനവിഭാഗങ്ങളുടെ ഉൽക്കണ്ഠയാണ് അംബേദ്ക്കറിലൂടെയും ഇ വി രാമസ്വാമി നായ്ക്കറിലൂടെയുമൊക്കെ പ്രതിഫലിച്ചത്.

ഇന്ത്യയിൽ വ്യത്യസ്ത ദേശീയജനവിഭാഗങ്ങളുണ്ടെന്ന് അംഗീകരിച്ചുകൊണ്ടുതന്നെ കോൺഗ്രസും മുസ്ലീം ലീഗും ഒറ്റക്കെട്ടായി നിന്നുകൊണ്ട് സാമ്രാജ്യത്വത്തിനെതിരായി യോജിച്ച സമരം നടത്തണമെന്ന കാഴ്ചപ്പാടാണ് കമ്യൂണിസ്റ്റ് പാർട്ടി മുന്നോട്ടു വച്ചത്. എല്ലാ സങ്കുചിത ദേശീയ വികാരങ്ങളെയും മറികടന്നുകൊണ്ട് തൊഴിലാളി കർഷകവർഗ്ഗങ്ങളെ വർഗ്ഗപരമായിത്തന്നെ സംഘടിപ്പിച്ചുക്കൊണ്ട് ശക്തമായ സാമ്രാജ്യത്വ വിരുദ്ധപോരാട്ടം നടത്തുന്നതിന് കമ്യൂണിസ്റ്റ് പാർട്ടിക്ക് കഴിഞ്ഞു.

1942 സെപ്തംബർ 19 ന് നടന്ന കമ്യൂണിസ്റ്റ് പാർട്ടിയുടെ വിശാല പ്ലീനത്തിൽ വച്ച് *പാകിസ്ഥാനും ദേശീയൈക്യവും* എന്ന ഒരു പ്രമേയം

പാർട്ടി അംഗീകരിച്ചിരുന്നു. ആ പ്രമേയം തുടങ്ങുന്നതിങ്ങനെയാണ്.

> ഫാസിസ്റ്റ് അക്രമികളിൽനിന്ന് ഇന്ത്യയെ രക്ഷിക്കുന്നതിനും ബ്രിട്ടീഷ് സാമ്രാജ്യത്വ ബ്യൂറോക്രസിയിൽനിന്ന് ദേശീയ ഗവൺമെന്റ് നേടിയെടുക്കുന്നതിനുംവേണ്ടി നടത്തുന്ന സമരത്തിൽ സാമുദായിക സൗഹാർദ്ദത്തിലും കോൺഗ്രസ്-ലീഗ് സംയുക്ത മുന്നണിയിലും അടിയുറച്ച ഇന്ത്യയുടെ ദേശീയ ഐക്യം ഇന്നത്തെ ദേശീയ പ്രതിസന്ധി പരിഹരിക്കുന്നതിന് അടിയന്തരവും അത്യന്താപേക്ഷിതവും ആയ അനിവാര്യതയായി മാറിയിരിക്കുന്നു. ഇത് പാകിസ്ഥാനും ഇന്ത്യയുടെ ദേശീയ ഐക്യവും എന്ന തർക്കത്തെ തീവ്രതരമായ വിധം മുന്നോട്ടുകൊണ്ടു വന്നിരിക്കുന്നു.

അതിനാൽ ഈ വിഷയത്തിലുള്ള കമ്യൂണിസ്റ്റ് തത്ത്വത്തിന്റെ മുഖ്യമായ കാര്യങ്ങൾ കമ്യൂണിസ്റ്റ് പാർട്ടി മുന്നോട്ടുവയ്ക്കുന്നുവെന്ന് ആമുഖമായി പറഞ്ഞുകൊണ്ടാണ് പ്രമേയം ആരംഭിക്കുന്നതുതന്നെ.

എല്ലാ ജാതികളിലും സമുദായങ്ങളും ദേശീയ ജനവിഭാഗങ്ങളിലുംപെട്ട കഷ്ടപ്പെടുന്നവരെ അവരുടെ വർഗ്ഗസംഘടനകളായ ട്രേഡ് യൂണിയനുകളിലും കിസാൻ സഭകളിലും ഒക്കെയായി അണിനിരത്താൻ കമ്യൂണിസ്റ്റ് പാർട്ടിക്ക് കഴിഞ്ഞിട്ടുണ്ടെന്ന കാര്യം തുടക്കത്തിൽത്തന്നെ പ്രമേയത്തിൽ എടുത്തു പറഞ്ഞിട്ടുണ്ട്. അതായത് ജനങ്ങളെ ഭിന്നിപ്പിക്കലല്ല യോജിപ്പിക്കലാണ് കമ്യൂണിസ്റ്റ് പാർട്ടി ചെയ്തുകൊണ്ടിരുന്നത്. നമ്മുടെ രാജ്യത്തിന്റെ സ്വാതന്ത്ര്യവും ജനാധിപത്യവും നേടിയെടുക്കുന്നതിനുള്ള പോരാട്ടത്തിൽ ദേശീയ ഐക്യമുന്നണിയുടെ മുന്നണിപോരാളികളായി പ്രവർത്തിക്കുന്നതിന് അവരെ രാഷ്ട്രീയമായി യോജിപ്പിക്കുകയാണ് കമ്യൂണിസ്റ്റ്പാർട്ടി ചെയ്യുന്നത്. ഇതാണ് സാമുദായിക ഐക്യം കെട്ടിപ്പടുക്കുന്നതിനുള്ള നയത്തിന്റെ മൂലക്കല്ലായി പ്രവർത്തിക്കുന്നത്.

നമ്മുടെ രാജ്യത്തിന്റെ സ്വാതന്ത്ര്യത്തിനും സുരക്ഷയ്ക്കുംവേണ്ടി വിവിധ സമുദായങ്ങളുടെയും ദേശീയതകളുടെയും ദേശീയ ഐക്യമുന്നണി കെട്ടിപ്പടുക്കുന്നതിന് അവർക്കിടയിൽ നിലനില്ക്കുന്ന പരസ്പര അവിശ്വാസവും സംശയങ്ങളും ഇല്ലാതാക്കേണ്ടതുണ്ട്. കഴിഞ്ഞകാലത്ത് നടന്നിട്ടുള്ള അടിച്ചമർത്തലുകളുടെയും ഫ്യൂഡൽ സാമ്രാജ്യത്വ ചൂഷണങ്ങളുടെയും ഭാഗമായി ഇന്ന് നിലനില്ക്കുന്ന സാമൂഹിക അസമത്വങ്ങളുടെ അവശിഷ്ടമാണിത്. ഇതിനായി സമുദായങ്ങളുടെയും ദേശീയജനവിഭാഗങ്ങളുടെയും അടിസ്ഥാന അവകാശങ്ങൾ ദേശീയ ഐക്യമുന്നണിയുടെ അവശ്യഭാഗമായി അംഗീകരിക്കപ്പെടണം. ദേശീയ ഐക്യമുന്നണിയുടെ പരിപാടിയിൽ സ്വതന്ത്ര ഇന്ത്യയിൽ ദേശീയതകൾക്കും സമുദായങ്ങൾക്കും ഇന്ത്യയിൽ ജീവിക്കുന്നതിന് പരിപൂർണ്ണമായ തുല്യത

ഉറപ്പുവരുത്തണം. ഒരു ദേശീയത മറ്റൊന്നിനെ അടിച്ചമർത്തുന്നതല്ലെന്ന് പ്രഖ്യാപിക്കണം. ജാതിയുടെയോ സമുദായത്തിന്റെയോ അടിസ്ഥാനത്തിൽ യാതൊരു തരത്തിലുള്ള അവശതകളോ അസമത്വങ്ങളോ അനുഭവിക്കാനിടവരരുതെന്ന് പറഞ്ഞുകൊണ്ട് ആ പ്രമേയത്തിൽ താഴെ പറയുന്ന വിലയിരുത്തൽ നടത്തി:

> സമീപസ്ഥമായ ഒരു ഭൂപ്രദേശവും പൊതുവായ ചരിത്രപാരമ്പര്യവും ഭാഷയും സംസ്കാരവും പൊതുവായ മാനസികഘടനയും പൊതുവായ സാമ്പത്തിക ജീവിതവുമുള്ള ഓരോ ഇന്ത്യൻ ജനവിഭാഗത്തെയും സ്വയംഭരണ അവകാശമുള്ള സംസ്ഥാനങ്ങളായി സ്വതന്ത്ര ഇന്ത്യ യൂണിയനിലോ **ഫെഡറേഷനിലോ** നിലനില്ക്കാൻ അധികാരമുള്ള ഒരു പ്രത്യേക ദേശീയതയായി അംഗീകരിക്കുകയും അതിന് ആഗ്രഹിക്കുന്നുവെങ്കിൽ വേറിട്ടുപോകുന്നതിനുള്ള അവകാശം നല്കുകയും വേണം

ഇതാണ് കമ്യൂണിസ്റ്റ് പാർട്ടി പാകിസ്ഥാൻ വാദത്തിനനുകൂലമായിരുന്നു എന്ന നിലയിൽ വളച്ചൊടിക്കപ്പെടുന്ന പ്രമേയഭാഗം. സ്വയംഭരണാധികാരമുള്ള ഈ ദേശീയതകളൊക്കെത്തന്നെ ഇന്ത്യൻ യൂണിയന്റെയോ **ഫെഡറേഷന്റെയോ** ഭാഗമായി നിലനില്ക്കണം എന്നാണ് കമ്യൂണിസ്റ്റ്പാർട്ടി ആവശ്യപ്പെട്ടത്. തൊട്ടടുത്ത വാചകത്തിൽത്തന്നെ അക്കാര്യം പറയുന്നുമുണ്ട്.

> പഠാൻകാർ, പശ്ചിമപഞ്ചാബികൾ (ഭൂരിഭാഗം മുസ്ലിങ്ങൾ) സിഖുകൾ, സിന്ധികൾ, ഹിന്ദുസ്ഥാനികൾ, രാജസ്ഥാനികൾ, ഗുജറാത്തികൾ, ബംഗാളികൾ, ആസാമികൾ, ബീഹാറികൾ, ഒറിയാക്കാർ, ആന്ധ്രാക്കാർ, തമിഴന്മാർ, കർണ്ണാടകക്കാർ, മഹാരാഷ്ട്രക്കാർ, കേരളീയർ മുതലായ വിവിധ ദേശീയതകളുടെ സ്വയം ഭരണാധികാര സംസ്ഥാനങ്ങളുടെ യൂണിയനോ **ഫെഡറേഷനോ** ആയിരിക്കണം. അന്നത്തെ സ്വതന്ത്ര ഇന്ത്യ എന്നാണ് പ്രമേയം പറഞ്ഞത്.

ഈ പ്രമേയത്തിൽ ദേശീയതകൾക്ക് സ്വയംഭരണാവകാശം എന്ന് പറയുന്നതിനൊപ്പം ആവശ്യമെങ്കിൽ വേറിട്ടുപോകുന്നതിനുള്ള അവകാശം കൂടെ വേണമെന്നാണ് പറഞ്ഞിരിക്കുന്നത്. അത് ഫലത്തിൽ സ്വയം നിർണ്ണായവകാശം തന്നെയാണ്. എന്നാൽ 1964 ൽ അംഗീകരിച്ച സി പി ഐ (എം) പാർട്ടി പരിപാടിയിൽ ഈ സ്വയം നിർണ്ണയാവകാശത്തെക്കുറിച്ച് പറഞ്ഞിട്ടില്ല. വിശദമായി ചർച്ച നടത്തി 9-ാം പാർട്ടി കോൺഗ്രസിൽ ദേശീയ പ്രശന്ത്തെക്കുറിച്ച് ഒരു പ്രത്യേക രേഖ തന്നെ അംഗീകരിക്കുവാനും സി പി ഐ (എം) തയ്യാറായി.

എന്തുകൊണ്ടാണ് ഇങ്ങനെയൊരു തെറ്റുതിരുത്തലിന് സി പി ഐ (എം) തയ്യാറായതെന്ന് ഇ എം എസ് വ്യക്തമാക്കിയിട്ടുണ്ട്. ദേശീയത സംബന്ധിച്ച ലെനിന്റെ കാഴ്ചപ്പാടിനെ പൂർണ്ണമായി പ്രയോഗിക്കുന്നതിൽ വന്ന വീഴ്ചയാണ് അത്. ലെനിൻ ഇങ്ങനെ പറഞ്ഞു:

> മനുഷ്യബന്ധത്തിന്റെ ഏറ്റവും പ്രധാനപ്പെട്ട ഉപാധിയാണ് ഭാഷ. ആധുനികമുതലാളിത്തത്തിന് അനുയോജ്യമായ വിധത്തിൽ യഥാർത്ഥത്തിൽ സ്വതന്ത്രവും വ്യാപകവുമായ വ്യാപാരബന്ധം സ്ഥാപിക്കാനും ജനസാമാന്യത്തിന് വിവിധ വർഗ്ഗങ്ങളിലായി വിപുലമായ തോതിൽ യഥേഷ്ടം അണിനിരക്കാനും അവസാനമായി വലുതും ചെറുതുമായ ഓരോ ഉടമയ്ക്കും കമ്പോളവുമായി അടുത്തബന്ധം സ്ഥാപിക്കുന്നതിനും വാങ്ങുന്നവനും വില്ക്കുന്നവനും തമ്മിലുള്ള ബന്ധം ഉറപ്പിക്കുന്നതിനും ആവശ്യമുള്ള ഏറ്റവും സുപ്രധാനമായ ഉപാധികളിൽ ഒന്നാണ് ഭാഷയുടെ ഐക്യവും അതിന്റെ നിർബ്ബന്ധമായ വളർച്ചയും. അതുകൊണ്ട് ആധുനിക മുതലാളിത്തത്തിന്റെ ഈ ആവശ്യങ്ങൾ ഏറ്റവും നന്നായി നിറവേറ്റുന്ന *ദേശീയ രാഷ്ട്രങ്ങൾ* രൂപീകരിക്കാനാണ് ഓരോ ദേശീയപ്രസ്ഥാനത്തിന്റെയും പ്രവണത. ഏറ്റവും ആഴമേറിയ സാമ്പത്തിക ഘടകങ്ങൾ ഈ ലക്ഷ്യത്തിലേക്കാണ് വികസനത്തെ നയിക്കുന്നത്. അതുകൊണ്ട് പശ്ചിമയൂറോപ്പിലാകെ എന്നല്ല പരിഷ്കൃത ലോകത്തിന് മുഴുവൻ തന്നെ മുതലാളിത്ത കാലഘട്ടത്തിൽ സവിശേഷവും സ്വാഭാവികവുമായിട്ടുള്ള ഒന്നു തന്നെയാണ് ദേശീയ രാഷ്ട്രം എന്നത്. (തെരഞ്ഞെടുത്ത കൃതികൾ വാല്യം 1 പേജ് 804–5)

ഈ കാഴ്ചപ്പാടോടെയാണ് ഇന്ത്യാവിഭജനം സംബന്ധിച്ച ലീഗ് നേതൃത്വത്തിന്റെ നിർദ്ദേശത്തിനെ കമ്മ്യൂണിസ്റ്റ് പാർട്ടി നേരിട്ടത്. ഹിന്ദു-മുസ്ലീം എന്നിങ്ങനെ രണ്ടു ദേശീയതകൾ ഉണ്ടെന്ന വാദത്തെ പാർട്ടി തള്ളിക്കളഞ്ഞു. ഒപ്പം തന്നെ ഇന്ത്യ ഏകദേശീയ രാഷ്ട്രമാണെന്ന കോൺഗ്രസിന്റെ വാദത്തെയും പാർട്ടി അംഗീകരിച്ചില്ല. വിവിധ ഭാഷകൾ സംസാരിക്കുന്നവരും സമീപസ്ഥമായ പ്രദേശങ്ങളിൽ ഭൂരിപക്ഷം വരുന്നവരുമായ ജനങ്ങൾ ഒരു ദേശീയ ജനവിഭാഗമാണ്. അവയ്ക്ക് സ്വയം നിർണ്ണയാവകാശം വേണമെന്ന നിലപാടാണ് *പാകിസ്ഥാനും ദേശീയ ഐക്യവും* എന്ന പ്രമേയത്തിൽ പാർട്ടി സ്വീകരിച്ചത്. ഭാഷയ്ക്കുള്ള സർവ്വപ്രധാനമായ സ്ഥാനത്തിൽ ഊന്നിക്കൊണ്ടുള്ളതായിരുന്നു ഈ നിലപാട്. എന്നാൽ ലെനിന്റെ കാഴ്ചപ്പാടിനെ പൂർണ്ണമായും മനസ്സിലാക്കി ഇന്ത്യയുടെ മൂർത്തമായ സാഹചര്യത്തിനെ മൂർത്തമായി വിലയിരുത്തി പ്രയോഗിക്കുന്നതിൽ കമ്മ്യൂണിസ്റ്റ് പാർട്ടിയുടെ അന്നത്തെ നേതൃത്വത്തിന്

വീഴ്ച പറ്റി. പശ്ചിമ യൂറോപ്പിനെയും അതിനു വെളിയിലുള്ള *'പരിഷ്കൃത'* ലോകത്തേയും സംബന്ധിച്ചായിരുന്നു ലെനിന്റെ പരാമർശം. അതിൽ ഇന്ത്യപോലുള്ള പിന്നോക്ക രാജ്യക്കാർ പെടുകയില്ല. ഇത് മനസ്സിലാക്കിയതിനെ തുടർന്നാണ് 1964 ൽ അംഗീകരിച്ച സി പി ഐ (എം) പരിപാടിയിൽനിന്ന് ദേശീയതകളുടെ 'സ്വയം നിർണ്ണയാവകാശം' എന്നത് വിട്ടുകളഞ്ഞത്.

ക്വിറ്റിന്ത്യാ സമരം

ആർ എസ് എസ് ഇന്ത്യൻ സ്വാതന്ത്ര്യസമരത്തിൽ പങ്കെടുത്തിട്ടില്ല എന്ന ചരിത്ര വസ്തുത പറയുന്ന കമ്യൂണിസ്റ്റുകാരെ 'ക്വിറ്റിന്ത്യാ സമരത്തെ ഒറ്റിക്കൊടുത്തവർ' എന്ന് വിളിച്ച് അധിക്ഷേപിക്കുവാനാണ് അവർ ശ്രമിക്കുന്നത്. ഇക്കാര്യത്തിൽ കോൺഗ്രസും ആർ എസ് എസിനോടൊപ്പമാണെന്നത് അവർക്ക് ആഹ്ലാദം പകരുന്നു.

എന്താണ് വാസ്തവം? 1885 ൽ രൂപംകൊണ്ട കോൺഗ്രസ് ഏതാനും ദശകങ്ങൾക്കുശേഷം മാത്രമാണ് പൂർണ്ണ സ്വാതന്ത്ര്യത്തിനുവേണ്ടി പോരാടാൻ തയ്യാറാവുന്നത്. തുടക്കത്തിൽ പൂർണ്ണ സ്വരാജ് എന്ന മുദ്രാവാക്യമുയർത്തിയത് കോൺഗ്രസ് ആയിരുന്നില്ല മറിച്ച് കമ്യൂണിസ്റ്റുകാരായിരുന്നു. ഇന്ത്യൻ സ്വാതന്ത്ര്യസമരത്തെക്കുറിച്ചുള്ള ബൂർഷ്വാസിയുടെ കാഴ്ചപ്പാടാണ് കോൺഗ്രസിന്റേതെങ്കിൽ, തൊഴിലാളിവർഗ്ഗത്തിന്റെ കാഴ്ചപ്പാട് കമ്യൂണിസ്റ്റുകാരുടേതായിരുന്നു. ഈ വിരുദ്ധ കാഴ്ചപ്പാടുകൾ തമ്മിൽ ഏറ്റുമുട്ടലുണ്ടാവുക സ്വാഭാവികം.

1942 ൽ ക്വിറ്റിന്ത്യാ സമരം പ്രഖ്യാപിക്കപ്പെട്ടത് സാർവ്വദേശീയതലത്തിൽ രണ്ടാം ലോകയുദ്ധം നടന്നുകൊണ്ടിരുന്നപ്പോഴായിരുന്നു. ഫാസിസ്റ്റ് ജർമ്മനിയുടെ നേതൃത്വത്തിൽ മുസോളിനിയുടെ ഇറ്റലിയും ടോജോയുടെ ജപ്പാനുമായിരുന്നു ഒരു ഭാഗത്തെങ്കിൽ മറുഭാഗത്ത് ബ്രിട്ടനും ഫ്രാൻസും അമേരിക്കയുമായിരുന്നു. യു എസ് എസ് ആറിനെ ആക്രമിക്കാൻ ജർമ്മനി തയ്യാറായതോടെ അവരും യുദ്ധത്തിൽ പങ്കാളികളായി.

യുദ്ധത്തിൽ പങ്കാളിയായിരിക്കുന്ന ബ്രിട്ടന്റെ കോളനി രാജ്യമായ ഇന്ത്യ ഈ യുദ്ധത്തെ ഒരു അവസരമാക്കി എടുത്തുകൊണ്ട് അവരിൽ സമ്മർദ്ദം ചെലുത്തിയാൽ സ്വാതന്ത്ര്യം കൈവരും എന്നായിരുന്നു ഗാന്ധിജിയുടെ കാഴ്ചപ്പാട്.

എന്നാൽ നെഹ്റുവിനെയും മൗലാനാ അബ്ദുൾ കലാം ആസാദിനെയുംപോലുള്ള ചിലർ ഇതിനെതിരായിരുന്നു. ഫാസിസം എന്ന ആഗോള വിപത്തിനെതിരായി പോരാടിക്കൊണ്ടിരിക്കുന്ന ബ്രിട്ടനടക്കമുള്ള ശക്തികളെ പിന്തുണയ്ക്കുകയാണ് ഈ അവസരത്തിൽ കോൺഗ്രസ് ചെയ്യേണ്ടത് എന്നായിരുന്നു നെഹ്റുവിന്റെ അഭിപ്രായം. ബ്രിട്ടനടക്കമുള്ള ശക്തികൾ പരാജയപ്പെടുകയും ഫാസിസം ഇന്ത്യയെ കീഴ്പ്പെടുത്തുകയും ചെയ്താൽ സ്വാതന്ത്ര്യസമരം കൂടുതൽ ദുഷ്കരമാവും എന്ന ശരിയായ കാഴ്ചപ്പാടായിരുന്നു ഇതിനുപിന്നിൽ. എന്നാൽ ഗാന്ധിജിയുമായി ഏറ്റുമുട്ടാതെ പിന്മാറുകയാണ് നെഹ്റുവും മറ്റും ചെയ്തത്.

1942 ആഗസ്ത് 8 ന് ബോംബെയിൽ ചേർന്ന എ ഐ സി സി 'പോരാടുക; അല്ലെങ്കിൽ മരിക്കുക' എന്ന മുദ്രാവാക്യമുയർത്തിക്കൊണ്ട് അന്തിമ സമരത്തിന് ആഹ്വാനം ചെയ്തു. മറ്റെല്ലാ സമരങ്ങൾക്കുംമുമ്പ് അതിന്റെ സർവ്വ വിശദാംശങ്ങളും ചർച്ചചെയ്ത് അംഗീകരിച്ച് പരസ്യപ്പെടുത്താറുള്ള കോൺഗ്രസ് അതിനൊന്നും തയ്യാറാവാതെ സമരത്തിലേക്ക് എടുത്തുചാടുകയായിരുന്നു. എ ഐ സി സി കഴിഞ്ഞ് പുറത്തിറങ്ങിയ കോൺഗ്രസ് നേതാക്കളെയെല്ലാം ബ്രിട്ടീഷ് പട്ടാളം അറസ്റ്റ് ചെയ്ത് തടവറയ്ക്കുള്ളിലാക്കി. സമരം നയിക്കാൻ കോൺഗ്രസ് നേതാക്കൾ പുറത്തില്ലാത്ത സ്ഥിതി വന്നു. കോൺഗ്രസ് സോഷ്യലിസ്റ്റുകാരും മറ്റുമാണ് പുറത്തെ പ്രക്ഷോഭങ്ങൾക്ക് നേതൃത്വം കൊടുത്തത്. ഏതാണ്ട് ഒരാഴ്ചയ്ക്കകം ബ്രിട്ടീഷുകാർ സമരം അടിച്ചമർത്തി.

കമ്യൂണിസ്റ്റു പാർട്ടിയും കോൺഗ്രസും സംയുക്തമായി തീരുമാനിച്ച ഒന്നല്ല ക്വിറ്റിന്ത്യാ സമരം. എന്നിട്ടാണ് മാറി നിന്നതെങ്കിൽ അതു വഞ്ചന തന്നെ. കോൺഗ്രസുകാരും കമ്യൂണിസ്റ്റുകാരും രണ്ടു വ്യത്യസ്ത പാർട്ടിക്കാരാണെന്നു മാത്രമല്ല വിരുദ്ധങ്ങളായ രണ്ടു വർഗ്ഗതാല്പര്യങ്ങൾ ഉൾക്കൊള്ളുന്നവരുമാണ്. കോൺഗ്രസ് ഏകപക്ഷീയമായി പ്രഖ്യാപിക്കുന്ന ഒരു സമരത്തിൽ പങ്കാളിയാവാനുള്ള യാതൊരു ബാദ്ധ്യതയും കമ്യൂണിസ്റ്റുകാർക്കില്ല. കോൺഗ്രസിനകത്ത് ജവഹർലാൽ നെഹ്റുവും മറ്റും കൈക്കൊണ്ട സമീപനത്തോടായിരുന്നു കമ്യൂണിസ്റ്റുകാർക്ക് യോജിപ്പ്.

വരാനിരിക്കുന്ന ഫാസിസ്റ്റ് വിപത്താണോ അനുഭവിച്ചുകൊണ്ടിരിക്കുന്ന സാമ്രാജ്യത്വ വിപത്താണോ മുഖ്യം എന്ന ചോദ്യത്തിന് ഫാസിസ്റ്റ് വിപത്താണ് മുഖ്യം എന്ന ശരിയായ നിലപാടാണ് കമ്യൂണിസ്റ്റുകാർക്കുണ്ടായിരുന്നത്. എന്നാൽ സാമ്രാജ്യത്വവിപത്ത് നേരിട്ട് അനുഭവിച്ചുകൊണ്ടിരിക്കുന്ന ജനങ്ങളെ ഇക്കാര്യം പറഞ്ഞു മനസ്സിലാക്കാൻ കമ്യൂണിസ്റ്റുകാർക്ക് കഴിഞ്ഞില്ല; എന്നു മാത്രമല്ല സമരത്തിൽ പങ്കാളികളായവർ കമ്യൂണിസ്റ്റുകാർക്കെതിരായി നടത്തിയ ദുരാരോപണങ്ങളെ വേണ്ടവിധം പ്രതിഷേധിക്കുവാനും കമ്യൂണിസ്റ്റുകാർക്കായില്ല.

ക്വിറ്റിന്ത്യാ സമരം നടത്തിയതുകൊണ്ട് ഇന്ത്യ സ്വതന്ത്രയായില്ല. രണ്ടാം ലോകയുദ്ധം അവസാനിക്കുകയും ഫാസിസത്തെ പരാജയപ്പെ

ടുത്തുന്നതിൽ സോവിയറ്റ് ചെമ്പട ഐതിഹാസികമായ പങ്ക് നിർവ്വഹിക്കുകയും ചെയ്തു. തുടർന്ന് യുദ്ധക്കെടുതികൾക്കെതിരായി കമ്യൂണിസ്റ്റ് പാർട്ടിയുടെ നേതൃത്വത്തിൽ ഐതിഹാസികമായ സമരങ്ങൾ നടന്നു. അതിശക്തമായ കർഷക - തൊഴിലാളിപ്പോരാട്ടങ്ങൾ ഇന്ത്യയുടെ വിവിധ ഭാഗങ്ങളിൽ നടന്നു. ഈ സമരത്തിന്റെ ഉയർന്ന രൂപം എന്ന നിലയിലാണ് റോയൽ ഇന്ത്യൻ നേവിയിൽ 1946 ൽ കലാപം നടക്കുന്നത്. കമ്യൂണിസ്റ്റ് പാർട്ടിയുടെ ചെങ്കൊടിയും ലീഗിന്റെ പച്ചക്കൊടിയും കോൺഗ്രസിന്റെ ത്രിവർണ്ണ പതാകയും ഉയർത്തിക്കൊണ്ടു നടത്തിയ പോരാട്ടം ഇന്ത്യൻ ബൂർഷ്വാസിയുടെയും ബ്രിട്ടീഷ് സാമ്രാജ്യത്വത്തിന്റെയും കണ്ണു തുറപ്പിക്കുന്നതായിരുന്നു. സ്വാതന്ത്ര്യസമരം ഈ ദിശയിൽ മുന്നോട്ടുപോയാൽ ഇന്ത്യൻ സ്വാതന്ത്ര്യ സമരത്തിന്റെ നേതൃത്വത്തിലേക്ക് തൊഴിലാളിവർഗ്ഗം ഉയർന്നു വരുമെന്ന് ബോദ്ധ്യപ്പെട്ട അവർ അന്യോന്യം സന്ധി ചെയ്യുകയും ഇന്ത്യ ദേശീയസ്വാതന്ത്ര്യം നേടുകയും ചെയ്തു.

ഈ സ്വാതന്ത്ര്യസമര ചരിത്രത്തിൽ എവിടെയാണ് ആർ എസ് എസും ഹിന്ദു മഹാസഭയുമുള്ളത്? കോൺഗ്രസിന് ക്വിറ്റിന്ത്യാ സമരം നടത്തിയെന്ന് അവകാശപ്പെടാം. ക്വിറ്റിന്ത്യാ സമരത്തിൽനിന്ന് വിട്ടുനിന്നെങ്കിലും അതിന് മുമ്പും പിമ്പും ഉള്ള ഐതിഹാസികമായ സമരങ്ങളിൽ പങ്കാളിയായത് കമ്യൂണിസ്റ്റുകാർക്ക് പറയാം. 1920 നും 1947 നും ഇടയിൽ 5 പ്രാവശ്യമാണ് കമ്യൂണിസ്റ്റ് പാർട്ടിക്ക് നിരോധനം നേരിടേണ്ടി വന്നത്. എന്നാൽ ആർ എസ് എസിന് അങ്ങനെയൊന്ന് അവകാശപ്പെടാനാവുമോ? സ്വാതന്ത്ര്യസമരത്തിൽ പങ്കെടുത്ത് ഊർജ്ജം ദുർവ്വിനിയോഗം ചെയ്യാതെ ആ സമയം ക്രിസ്ത്യാനിക്കും മുസ്ലീമിനും കമ്യൂണിസ്റ്റുകാർക്കുമെതിരായ പോരാട്ടത്തിൽ അണിനിരക്കാനല്ലേ അവരുടെ നേതാവ് അന്ന് ആഹ്വാനം ചെയ്തത്? അതുകൊണ്ടല്ലേ സ്വാതന്ത്ര്യ സമരത്തിൽ പങ്കെടുത്ത നേതാക്കളൊന്നും തന്നെ അവർക്കില്ലാതെ പോയത്!

ആർ എസ് എസും ഇന്ത്യൻ സ്വാതന്ത്ര്യസമരവും

ആർ എസ് എസും ഇന്ത്യൻ സ്വാതന്ത്ര്യസമരവും തമ്മിലുള്ള ബന്ധമെന്ത് എന്നു ചോദിച്ചാൽ അവർ ആകെ പറയുക സവർക്കറുടെ പേരാണ്. ഹിന്ദുമഹാസഭയുടെ രൂപീകരണാനന്തരം സവർക്കർ സ്വാതന്ത്ര്യസമരത്തിൽ പങ്കാളിയായിട്ടുണ്ടോ? ഇല്ല എന്നത് സംശയരഹിതമായ കാര്യം. സവർക്കറുടെ കണ്ണിൽ ഹിന്ദുവിന്റെ ഏറ്റവും വലിയ ശത്രുക്കൾ മുഗൾഭരണവും മുസ്ലീങ്ങളും തന്നെയായിരുന്നു. അതുകൊണ്ടുതന്നെ ശത്രുക്കളായ മുഗളരെ പരാജയപ്പെടുത്തിയ ബ്രിട്ടീഷുകാർ ശത്രുവിന്റെ ശത്രുബന്ധു എന്ന ന്യായേന സവർക്കറുടെ സഖ്യശക്തികളായിരുന്നു. 1942 ലെ ക്വിറ്റിന്ത്യാസമരകാലത്ത് പ്രാദേശികഭരണസമിതികളിലെയും നിയമനിർമ്മാണസഭകളിലെയും ഹിന്ദുമഹാസഭ അംഗങ്ങൾ സ്വന്തം തസ്തികകളിൽ തുടരുകയും സ്വാഭാവിക കർത്തവ്യങ്ങൾ നിർവ്വഹിക്കുകയുമാണ് ചെയ്യേണ്ടത് എന്ന് ആഹ്വാനം ചെയ്തയാളാണ് സവർക്കർ. മാത്രമല്ല ആ സമയത്ത് രൂക്ഷമായ മുസ്ലീം വിരുദ്ധ പ്രചാരണം അഴിച്ചുവിട്ടുകൊണ്ട് രാഷ്ട്രീയത്തെ ഹിന്ദുത്വവല്ക്കരിക്കാനും ഹിന്ദുത്വത്തെ സൈനികവല്ക്കരിക്കാനും ആഹ്വാനം ചെയ്ത സവർക്കർ ബ്രിട്ടീഷുകാരുമായി സഹകരണാത്മക പാതയിൽ സഞ്ചരിക്കുകയാണ് ചെയ്തത്. ആർ എസ് എസിന് രൂപംകൊടുത്ത ഹെഗ്ഡേവാറാവട്ടെ കോൺഗ്രസിൽ പ്രവർത്തിച്ചുവന്നിരുന്നയാളാണെങ്കിലും ആർ എസ് എസ് രൂപീകരണത്തോടെ സ്വാതന്ത്ര്യസമരത്തിൽനിന്ന് വിട്ടുനില്ക്കുകയാണ് ചെയ്തത്.

1920 കളുടെ തുടക്കത്തിൽ നടന്ന നിസ്സഹകരണ പ്രസ്ഥാനമാണ് എല്ലാവിഭാഗം ജനങ്ങളെയും സ്വാതന്ത്ര്യ സമരത്തിൽ അണിനിരത്തുന്നതിൽ വൻവിജയം നേടിയത്. ഗാന്ധിജിയും കോൺഗ്രസും സമരം പിൻവലിക്കുകയും സമരരംഗത്തുനിന്ന് പിന്മാറുകയും ചെയ്തു. ഏറെ ആവേ

ശമുണർത്തിയ ആ സമരപങ്കാളിത്തത്തെക്കുറിച്ച് നിന്ദാസൂചകമായ പരാമർശമാണ് ഹെഡ്ഗേവാറിൽ നിന്നുണ്ടായത്.

> മഹാത്മാഗാന്ധിയുടെ നിസ്സഹകരണ സമരംമൂലം (ദേശീയതയ്ക്കു വേണ്ടിയുള്ള) രാജ്യത്തെ ആവേശം തണുത്തുറയുകയും ആ പ്രസ്ഥാനം ഉണർത്തിവിട്ട സാമൂഹ്യജീവിതത്തിലെ ദുഷ്ടശക്തികൾ തലയുയർത്തുകയും അത് ഭീഷണി സൃഷ്ടിക്കുകയും ചെയ്തു. നിസ്സഹകരണത്തിന്റെ പാലുകുടിച്ചു വളർന്ന യവന സർപ്പങ്ങൾ അവയുടെ വിഷം നിറഞ്ഞ സീല്ക്കാരങ്ങൾകൊണ്ട് രാജ്യത്ത് ലഹളകൾ കെട്ടഴിച്ചുവിടുകയും ചെയ്തു

എന്നാണ് നിസ്സഹകരണസമരത്തിന്റെ അനന്തരഫലത്തെ കുറിച്ചുള്ള ഹെഡ്ഗേവാറുടെ വിലയിരുത്തൽ. (ദ്രിഷികർ 1979 പേജ് 7)

1927 ൽ സ്വാതന്ത്ര്യസമരപ്രസ്ഥാനം വീണ്ടും മുന്നേറ്റത്തിന്റേതായ പാതയിലെത്തി. സൈമൺ കമീഷനുനേരെ നടന്ന പ്രക്ഷോഭത്തിന്റെ ഫലമായിരുന്നു അത്. എന്നാൽ ആർ എസ് എസ് ആ പ്രക്ഷോഭത്തിൽനിന്ന് വിട്ടുനില്ക്കുകയും നാഗ്പൂരിൽ വെച്ച് അതിന്റെ പ്രധാന പ്രവർത്തകർക്കായി പരിശീലന ക്യാമ്പ് നടത്തുകയുമാണ് അക്കാലത്ത് ചെയ്തത്. മാത്രമല്ല 1927 ൽ നാഗ്പൂരിൽ ആർ എസ് എസ് മുൻകൈയിൽ ഒരു വർഗ്ഗീയലഹളയും സംഘടിപ്പിക്കപ്പെട്ടു.

1930 ലെ പൂർണ്ണസ്വരാജ് പ്രഖ്യാപനത്തിന്റെ പശ്ചാത്തലത്തിൽ സിവിൽ നിയമലംഘന പ്രസ്ഥാനത്തിന് ആഹ്വാനം ചെയ്തപ്പോഴും ആർ എസ് എസിനെ എവിടെയും കാണാനുണ്ടായിരുന്നില്ല. 1930 ജനുവരി 26 ന് സ്വാതന്ത്ര്യദിനം ആചരിക്കുന്നതിന് കോൺഗ്രസ് ആഹ്വാനം ചെയ്തപ്പോൾ കാവിക്കൊടി ഉയർത്തിക്കൊണ്ട് സ്വാതന്ത്ര്യദിനാചരണം നടത്തുന്നതിനാണ് ആർ എസ് എസ് ശാഖകളോട് ഹെഡ്ഗേവാർ ആഹ്വാനം ചെയ്തത്. സ്വാതന്ത്ര്യദിനാചരണത്തിന്റെ ഭാഗമായി സ്വാതന്ത്ര്യസമരപ്പോരാളികളും കൊളോണിയൽ പൊലീസും തമ്മിൽ പലേടത്തും ഏറ്റുമുട്ടലുകളുണ്ടായെങ്കിലും ഒരിടത്തും ദണ്ഡുമായി ഒരൊറ്റ ആർ എസ് എസുകാരനെയും കാണാനുണ്ടായിരുന്നില്ല.

1940 ലാണ് ഹെഡ്ഗേവാറിൽനിന്ന് ഗോൾവാൾക്കർ സർ സംഘ്ചാലക് പദവി ഏറ്റെടുക്കുന്നത്. അതോടെ മുസ്ലിം വിരുദ്ധ-ബ്രിട്ടീഷ് അനുകൂല നിലപാട് കൂടുതൽ ശക്തിപ്പെട്ടു.

> പൊതുവായ ശത്രുവിനെയും ഭൂപ്രദേശപരമായ ദേശീയതയെയും കുറിച്ചുള്ള സിദ്ധാന്തങ്ങൾ ആണ് ഇന്ന് രാഷ്ട്രം സംബന്ധിച്ച നമ്മുടെ സങ്കല്പത്തിന് അടിത്തറയായിരിക്കുന്നത് എന്നത് ഹിന്ദുരാഷ്ട്രമെന്നതിന്റെ ക്രിയാത്മകതയും ആവേശകരമായ ഉള്ളടക്കവും ചോർത്തിക്കളയുകയും സ്വാതന്ത്ര്യസമരപ്രസ്ഥാനത്തെ വെറും ബ്രിട്ടീഷ് വിരുദ്ധ പ്രസ്ഥാനമാക്കി തീർക്കുകയും ചെയ്തിരിക്കു

> ന്നു. ബ്രിട്ടീഷ് വിരുദ്ധതയെ ദേശസ്നേഹവും ദേശീയതയുമായി സമീകരിച്ചിരിക്കുന്നു. ഈ പിന്തിരിപ്പൻ കാഴ്ചപ്പാടിന് മൊത്തം സ്വാതന്ത്ര്യസമരപോരാട്ടത്തിലും അതിന്റെ നേതാക്കളിലും സാധാരണ ജനങ്ങളിലും വരെ ദോഷകരമായ ഫലങ്ങൾ ഉളവാക്കാൻ കഴിയുന്നുണ്ട്. (ഗോൾവാൾക്കർ പേജ് 142-143-1966)

ദേശീയതയെയും ദേശസ്നേഹത്തെയുംക്കുറിച്ചുള്ള ആർ എസ് എസ് കാഴ്ചപ്പാടാണിത് വ്യക്തമാക്കുന്നത്. കൊളോണിയൽ നുകം വലിച്ചെറിയുന്നതിനുവേണ്ടി, സ്വാതന്ത്ര്യസമരം ആളിക്കത്തുമ്പോൾ ആണ് ബ്രിട്ടീഷ് വിരുദ്ധതയെ തള്ളിപ്പറയാൻ ഹെഡ്ഗേവാർ തയ്യാറാവുന്നത്. ആർ എസ് എസ് അവരുടെ ദേശീയവാദപരവും ദേശസ്നേഹപരവുമായ എല്ലാ സമരങ്ങളുടെയും കുന്തമുനതിരിച്ചുവെക്കുന്നത് ഇസ്ലാമിക മേധാവിത്വത്തിന്റെ കഴിഞ്ഞകാല ഓർമ്മകൾക്കു നേരെയാണ്. അവസാന മുഗൾ ചക്രവർത്തിയായ ഔറംഗസേബിനെതിരായി ശിവജി നടത്തിയ യുദ്ധത്തോടെ അവരുടെ ചരിത്രം അവസാനിക്കുകയാണ്. ബ്രിട്ടീഷ് മേധാവിത്വത്തിന് മുഗൾ ഭരണത്തെ അപ്രസക്തമാക്കാൻ കഴിഞ്ഞുവെന്ന് കാണുന്ന ആർ എസ് എസ് ബ്രിട്ടീഷുകാരെ ഹിന്ദുക്കളുടെ സഖ്യശക്തിയായാണ് കണ്ടത്. അതുകൊണ്ടുതന്നെ സ്വാതന്ത്ര്യസമരത്തിനകത്ത് ഹിന്ദുമുസ്ലീം ഭിന്നിപ്പുണ്ടാക്കി ബ്രിട്ടീഷ് സാമ്രാജ്യത്വത്തിന്റെ പ്രീതി പിടിച്ചുപറ്റാനാണ് ആർ എസ് എസ് ശ്രമിച്ചത്. അതുകൊണ്ടുതന്നെ 1940 -41 കാലത്തെ സിവിൽ നിയമലംഘന പ്രസ്ഥാനത്തിലോ, 1942 ലെ ക്വിറ്റിന്ത്യാസമരത്തിലോ, 1947 ലെ നാവികകലാപത്തിലോ, ഐ എൻ എ പോരാളികളെ മോചിപ്പിക്കുന്നതിനുവേണ്ടിയുള്ള സമരത്തിലോ, ഒന്നും തന്നെ ആർ എസ് എസ് ഉണ്ടായിരുന്നില്ല. സ്വാതന്ത്ര്യാനന്തരം ത്രിവർണ്ണ പതാക ഇന്ത്യയുടെ ദേശീയ പതാകയായി അംഗീകരിച്ചതിനും ഇന്ത്യൻ ഭരണഘടനയ്ക്കുതന്നെയും എതിരായിരുന്നു അവർ. അവരാണിപ്പോൾ ദേശസ്നേഹം പഠിപ്പിക്കാൻ ഇറങ്ങിത്തിരിച്ചിരിക്കുന്നത്.

പൊതുവായ മൂല്യവ്യവസ്ഥയോ?

ശ്രീരാമൻ അശ്വമേധയാഗത്തിന്റെ ഭാഗമായി അഴിച്ചുവിട്ട അശ്വം ഒരിടത്തും പിടിച്ചുകെട്ടപ്പെടാതെ വിജയശ്രീലാളിതനായി അയോദ്ധ്യയിൽ തിരിച്ചെത്തിയതോടെ പുതിയൊരു ഹിന്ദുജനിച്ചുവീണു എന്നാണ് വി ഡി സവർക്കർ എഴുതിയിരിക്കുന്നത്. അതിനെ പിന്തുടർന്നാണ് ഇന്ത്യൻ ദേശീയത എന്നത് രാമായണകാലം മുതൽ നിലനിന്നുവരുന്ന ഒന്നാണെന്നും ഹിന്ദു എന്നത് ഒരു മതമല്ല; ഡോ. എസ് രാധാകൃഷ്ണൻ പറഞ്ഞതുപോലെ മതങ്ങളുടെ ഒരു കോമൺവെൽത്താണെന്നും ആർ എസ് എസുകാർ അവകാശപ്പെടുന്നത്. ആർ എസ് എസ് സൈദ്ധാന്തികനായ എം ജി വൈദ്യ ഇപ്പോൾ അവകാശപ്പെടുന്നത് പൊതുവായി പങ്കുവെക്കപ്പെടുന്ന ഒരു മൂല്യവ്യവസ്ഥയുണ്ടായാൽ അതൊരു ദേശീയതയാണെന്നും ദേശീയത രൂപംകൊള്ളുന്നതിന് ഏകഭാഷയോ ഏകമതമോ ഒന്നും ആവശ്യമില്ലെന്നുമാണ്. പൊതുവായ ഒരു ഭാഷയില്ലാതെ, പൊതുവായ ഒരു സംസ്കാരത്തിനോ, പങ്കുവെക്കപ്പെടുന്ന ഒരു പൊതുമൂല്യവ്യവസ്ഥയ്ക്കോ രൂപപ്പെടാനാവില്ല.

ഹിന്ദുത്വവാദികൾ പൊതുമൂല്യവ്യവസ്ഥയുടെ ഭാഗമായി വിവരിക്കുന്ന വേദങ്ങളും ഉപനിഷത്തുകളും പുരാണങ്ങളും ഒക്കെ എഴുതപ്പെട്ടിട്ടുള്ളത് സംസ്കൃതത്തിലാണ്. സംസ്കൃതഭാഷാ പഠനവും വേദാദ്ധ്യയനവുമൊക്കെ ശൂദ്രർക്കും അതിനുതാഴെയുള്ള ജാതിക്കാർക്കും നിഷേധിക്കപ്പെട്ടിരുന്നുവെന്ന് *മനുസ്മൃതി* തന്നെ വ്യക്തമാക്കുന്നുണ്ട്. അതുകൊണ്ടുതന്നെ ഇവയൊക്കെ അന്ന് ത്രൈവർണ്ണികരുടെ മാത്രം സ്വത്തായിരുന്നു. ഭൂരിപക്ഷജനതയ്ക്ക് ഇതൊക്കെ നിഷേധിക്കപ്പെട്ടിരിക്കുകയായിരുന്നു. അതായത് ഈ മൂല്യവ്യവസ്ഥയിൽ അവർക്ക് പങ്കുണ്ടായിരുന്നില്ല.

ഭക്തിപ്രസ്ഥാനക്കാലത്താണ് വേദപുരാണേതിഹാസങ്ങളുടെ ഭാഷാന്തരങ്ങൾ വിവിധ പ്രാദേശിക ഭാഷകളിൽ വരുന്നത്. തുഞ്ചത്ത് എഴുത്തച്ഛന്റെ രാമായണം പരിഭാഷ ഇതിനുദാഹരണമാണ്. ഭക്തി പ്രസ്ഥാനം രൂപംകൊള്ളുന്നത് ഇസ്ലാമിക - ക്രിസ്ത്യൻ മതങ്ങളുടെ കൂടെ സ്വാധീനത്തിന്റെ ഭാഗമായിട്ടാണ്. ഭക്തിപ്രസ്ഥാനാനന്തരം മാത്രമാണ് എല്ലാ ഭാഷകളിലുമുള്ള അഭ്യസ്തവിദ്യരായ ഒരുപിടി ആളുകളുടെ പൊതു സംസ്കാരത്തിലേക്ക് ഇന്ന് അറിയപ്പെടുന്ന പുരാണങ്ങളും ഇതിഹാസങ്ങളും വേദങ്ങളുമൊക്കെ കടന്നുവരുന്നത്. അതായത് നാലോ അഞ്ചോ നൂറ്റാണ്ടുകളുടെ പഴക്കം മാത്രമാണ് ആധുനിക ഹിന്ദുമതത്തിനുള്ളത്. അതിൽതന്നെ ദളിതരോ ആദിവാസികളോ ഉൾപ്പെടുന്നുമില്ല. അവർക്കൊന്നും തന്നെ ഹിന്ദുമുഖ്യധാരാ ദൈവങ്ങളുമായും അവരുടെ വിശ്വാസങ്ങളും ആചാരങ്ങളും മൂല്യവ്യവസ്ഥയുമായും യാതൊരു ബന്ധവുമുണ്ടായിരുന്നില്ല. മുസ്ലീങ്ങളും ക്രിസ്ത്യാനികളും ഈ മൂല്യവ്യവസ്ഥ പങ്കുവെക്കുന്നവരാണെന്ന് ഹിന്ദുത്വവാദികൾ തന്നെ അവകാശപ്പെടുന്നുമില്ല.

ഇന്ത്യയിലെ ആദിവാസികൾ സിന്ധുനദീതട സംസ്കാരത്തിന്റെ ഉടമകളായിരുന്നു. വേദസംസ്കാരത്തിന്റെ ഉടമകൾ പുറമെനിന്നുവന്ന ആര്യന്മാരാണ്. ആര്യന്മാർ ദേശാടനക്കാരായ ഇടയജീവിതം നയിച്ചുവന്നിരുന്നവരായിരുന്നു. സിന്ധുനദീതടവാസികളാവട്ടെ സ്ഥിരതാമസക്കാരും കൃഷിക്കാരും ഒക്കെയായിരുന്നു. അവരിൽ പ്രമുഖമായ വിഭാഗത്തെയാണ് ദ്രാവിഡർ എന്ന് പിന്നീട് വിളിക്കപ്പെട്ടത്. ആര്യന്മാരാവട്ടെ വർഗ്ഗരഹിത സമൂഹത്തിൽനിന്ന് വർഗ്ഗസമൂഹത്തിലേക്കുള്ള പരിവർത്തനദശയിലായിരുന്നു. സിന്ധുനദീതടം കൈയടക്കിയ ഇവർ അവിടെനിന്ന് വടക്കു പടിഞ്ഞാറോട്ടും പിന്നീട് ഗംഗാനദീതീരത്തേക്കും വടക്കുകിഴക്കൻ പ്രദേശത്തേക്കുമൊക്കെ വ്യാപിച്ചു. പ്രാദേശിക ജനവിഭാഗങ്ങളുമായി ഏറ്റുമുട്ടിയും കീഴ്പ്പെടുത്തിയുമാണ് ഈ വ്യാപനം നടത്തുന്നത്. ഈ ഏറ്റമുട്ടലുകളൊക്കെ ഋഗ്വേദത്തിലും മറ്റു വേദങ്ങളിലുമൊക്കെ പ്രതിഫലിച്ചിട്ടുണ്ട്.

ഈ കാലത്തെ മതത്തെയാണ് വൈദിക മതം എന്നറിയപ്പെടുന്നത്. ദയാനന്ദസരസ്വതിയും ഇപ്രകാരം പരാമർശിക്കുന്നുണ്ട്. ആദ്യഘട്ടത്തിൽ ദേവന്മാരും അസുരന്മാരുമൊക്കെ വേദങ്ങളിലെ ദൈവങ്ങളായിരുന്നെങ്കിൽ പിന്നീട് അസുരന്മാർ തരം താഴ്ത്തപ്പെടുകയും അവരെ പൈശാചിക ശക്തികളായി ചിത്രീകരിക്കപ്പെടുകയും ചെയ്തു. പ്രാദേശികരായ ദ്രാവിഡജനതയാവട്ടെ രാക്ഷസന്മാരായും ചിത്രീകരിക്കപ്പെട്ടു. വേദകാല ആര്യന്മാർ ബഹുദൈവവിശ്വാസികളാണ്. പ്രകൃതി ശക്തികളുടെ പ്രതീകങ്ങളെയാണ് അവർ ദൈവങ്ങളായി ആരാധിച്ചിരുന്നത്. കേന്ദ്രസ്ഥാനത്തുനിന്നത് ഇന്ദ്രനായിരുന്നു. അന്ന് ക്ഷേത്രങ്ങളോ, പൂജാരികളോ, പുനർജ്ജന്മവിശ്വാസമോ ഉണ്ടായിരുന്നില്ല. ശരീരത്തിൽനിന്ന് ആത്മാവിനെ മാറ്റിനിർത്തി കാണുന്നസ്ഥിതിയും അന്നുണ്ടായിരുന്നില്ല. അത് പിന്നീടാണ് വികസിച്ചുവന്നത്. ചുരുക്കിപ്പറഞ്ഞാൽ വൈദികമതം പ്രതിഫലിപ്പിച്ചത് ആര്യസമൂഹത്തിന്റെ പരിവർത്തന ഘട്ടത്തെയായിരുന്നു.

അത് ഉൽക്കണ്ഠപ്പെട്ടതാവട്ടെ മരണാനന്തര ജീവിതത്തെക്കുറിച്ചല്ല മറിച്ച് ഭൗതികജീവിതത്തെക്കുറിച്ചായിരുന്നു.

ആര്യന്മാർ സ്ഥിരതാമസക്കാരായി മാറുകയും കൃഷിചെയ്യാനാരംഭിക്കുകയും ചെയ്തതോടെ അവർക്കിടയിൽ നാടുവാഴികളും രാജാക്കന്മാരുമൊക്കെ ഉയർന്നുവന്നു. ബി സി ആദ്യസഹസ്രാബ്ദത്തിന്റെ തുടക്കത്തിലാണിത് സംഭവിക്കുന്നത്. ഇതോടെ വൈദിക മതം ബ്രാഹ്മണ മതത്തിന് വഴിമാറി. ബ്രാഹ്മണർ വേദാഭ്യാസം സിദ്ധിച്ചവരും അതിൽ പ്രാവീണ്യം നേടിയവരുമായിരുന്നു. അതുവഴി ജനങ്ങളുടെ ആത്മീയ വ്യാപാരങ്ങളിൽ ഉണ്ടാക്കാനായ സ്വാധീനം അധികാരസ്ഥാനങ്ങളിലെ സ്വാധീനമാക്കി മാറ്റുന്നതിന് അവർക്ക് കഴിഞ്ഞു. ബി സി അഞ്ചാം നൂറ്റാണ്ടിൽ എഴുതപ്പെട്ടതായി കരുതപ്പെടുന്ന *മനുസ്മൃതി* ഇതൊക്കെ ക്രോഡീകരിച്ച് രാജ്യത്തെ നിയമവ്യവസ്ഥയാക്കിമാറ്റി. ഇതോടൊപ്പംതന്നെ വേദകാലദൈവങ്ങളിൽ പലതും പാർശ്വവല്ക്കരിക്കപ്പെടുകയും അവരുടെ സ്ഥാനം പുതിയ ബ്രാഹ്മണദൈവങ്ങൾ കൈവശപ്പെടുത്തുകയും ചെയ്തു. ആര്യൻ അധിനിവേശത്തിന് കീഴ്പ്പെട്ട പ്രാദേശിക ജനവിഭാഗങ്ങൾ അവരുമായി ഉൾച്ചേരുകയും അവരുടെ ദൈവങ്ങളും ബ്രാഹ്മണ ദൈവങ്ങളുമായി ഇടകലരുകയും ചെയ്തു. യാദവനായ, കറുത്ത വർഗ്ഗക്കാരനായ, കൃഷ്ണൻ ഹിന്ദുദൈവമായി മാറുന്നത് ഈ പ്രക്രിയയിലാണ്. ജാതിവ്യവസ്ഥ രൂപംകൊള്ളുകയും അത് കൂടുതൽ കർക്കശമായിത്തീരുകയും ചെയ്തതോടെ ദൈവങ്ങൾ പലതും ജാതി ദൈവങ്ങളായും മാറി.

ഉപനിഷത്തുകളുടെ കാലമാണ് ബ്രാഹ്മണ മതത്തിന്റെ കാലമായി അറിയപ്പെടുന്നത്. ഉപനിഷത്കാലഘട്ടത്തിലാണ് ആത്മാവ് ശരീരത്തിൽ നിന്ന് വേർപ്പെടുത്തപ്പെട്ടതും ആത്മാവിന്റെ മോക്ഷം ലഭിക്കലിന് പ്രാധാന്യം സിദ്ധിച്ചതും. കർമ്മം പുനർജ്ജന്മലബ്ധിക്കുള്ള താത്ത്വികാടിത്തറയായി മാറുകയും ചെയ്തു. അക്കാലത്താണ് ഷഡ് ദർശനങ്ങൾ രൂപംകൊള്ളുന്നത്. ബ്രഹ്മവുമായി ആത്മാവിനെ ലയിപ്പിക്കുന്ന വേദാന്തമായിരുന്നു ബ്രാഹ്മണാധിപത്യത്തിന്റെ ദർശനമെങ്കിൽ അക്കാലത്ത് ബ്രാഹ്മണരുമായി മത്സരിച്ചിരുന്ന ക്ഷത്രിയരുടെ പക്ഷപാതം സാംഖ്യദർശനത്തോടായിരുന്നു. അതാവട്ടെ ഭൗതികവാദവുമായി ഏറെ അടുത്തുനിന്നിരുന്ന ഒരു ദർശനവുമായിരുന്നു. അക്കാലത്തുതന്നെയാണ് ദൈവത്തെപ്പോലും നിഷേധിക്കുന്ന ചാർവ്വാക-ലോകായതദർശനങ്ങളും രൂപംകൊണ്ടത്. ഇത് ബ്രാഹ്മണാധിപത്യത്തെയും പൗരോഹിത്യത്തെയും എതിർക്കുന്ന സാധാരണ ജനതയുടെ വികാരങ്ങളെയാണ് പ്രതിഫലിപ്പിച്ചിരുന്നത്.

ബി സി ആറും അഞ്ചും നൂറ്റാണ്ടുകളിൽ ജാതിമേധാവിത്തത്തിനും ബ്രാഹ്മണാധിപത്യത്തിനും എതിരുനിന്നിരുന്ന ജനങ്ങൾ ബുദ്ധ-ജൈന മതങ്ങൾക്കുപിന്നിൽ അണിനിരക്കാനാരംഭിച്ചതേടെ ബ്രാഹ്മണമേധാവിത്വത്തിന് കോട്ടം തട്ടി. ബുദ്ധ-ജൈന മതങ്ങൾ സംഘടിത പൗരോഹി

ത്യത്തേയും ജാതിവ്യവസ്ഥയേയും തള്ളിക്കളഞ്ഞു. ബി സി മൂന്നും രണ്ടും നൂറ്റാണ്ടുകളായതോടെ അത് മൗര്യ-കുഷാന രാജവംശങ്ങളുടെ ഔദ്യോഗിക മതമായി മാറി.

തുടർന്ന് ആദിശങ്കരാചാര്യരുടെ നേതൃത്വത്തിലാണ് ബ്രാഹ്മണമേധാവിത്വം ബുദ്ധമതത്തിൽനിന്ന് മേധാവിത്വം തിരിച്ചുപിടിക്കുന്നത്. ബുദ്ധമതാനുയായികളാണ് ആദ്യമായി ക്ഷേത്രങ്ങൾ സ്ഥാപിക്കുന്നത്. എന്നാൽ ശങ്കരാചാര്യരുടെ നേതൃത്വത്തിൽ വിജയം നേടിയ ബ്രാഹ്മണരും വലിയ ക്ഷേത്രങ്ങൾ സ്ഥാപിക്കുകയും അതിൽ വലിയ പ്രതിഷ്ഠകൾ നടത്തുകയും ചെയ്തു. തീർത്ഥാടനങ്ങൾ, ഉത്സവങ്ങൾ എന്നിവ നടത്തി ഹിന്ദുമതവിശ്വാസത്തെ ജനകീയമാക്കാനുള്ള ശ്രമം ആരംഭിക്കുന്നതും ഇക്കാലത്താണ്. ഇതിഹാസ കഥാപാത്രങ്ങളായ ശ്രീരാമനും ശ്രീകൃഷ്ണനും ഒക്കെ വിഷ്ണുവിന്റെ അവതാരങ്ങളായി ചിത്രീകരിക്കപ്പെട്ടു. എന്നുമാത്രമല്ല തോല്പിച്ചോടിച്ച ബുദ്ധമതസ്ഥാപകനായ ബുദ്ധനെ വിഷ്ണുവിന്റെ അവതാരങ്ങളിലൊന്നാക്കി മാറ്റുകയും ചെയ്തു.

നായാടി മുതൽ നമ്പൂതിരി വരെയുള്ളവരെ ഹിന്ദുമതത്തിന്റെ അടിസ്ഥാനത്തിൽ ഒന്നിപ്പിച്ച് ഒരു രാഷ്ട്രീയശക്തിയാക്കി ഇന്ത്യയെ ഹിന്ദുരാഷ്ട്രമാക്കി മാറ്റുന്നതിനായി പ്രവർത്തിക്കുന്ന സംഘടനയാണ് ആർ എസ് എസ്. 'ഹിന്ദുദേശീയത'യെന്നും 'ഹൈന്ദവസംസ്കാര'മെന്നും ഒക്കെ പറഞ്ഞ് സെമറ്റിക് മതങ്ങളുടെ രൂപത്തിൽ ഹിന്ദുക്കളെയും സംഘടിപ്പിക്കാനാവുമെന്നാണ് ആർ എസ് എസ് ആചാര്യന്മാർ കരുതിയത്. എന്നാൽ സെമറ്റിക് മതങ്ങളെപ്പോലെ ഏകദൈവ വിശ്വാസത്താലോ ഏകവിശുദ്ധ ഗ്രന്ഥത്താലോ യോജിപ്പിക്കാൻ കഴിയുന്ന ഒന്നല്ല ഹിന്ദുമതത്തിന്റെ ആന്തരികഘടന എന്ന് അവർക്ക് ബോദ്ധ്യപ്പെട്ടിരിക്കുന്നു. ഹിന്ദുമതം ജാതികളുടെ ഒരു ഐക്യമുന്നണി മാത്രമാണ്; ഐക്യവും സമരവും നടക്കുന്ന ഒരു ഐക്യമുന്നണി; മാത്രമല്ല മേൽക്കീഴ്ബന്ധങ്ങളുള്ള ഒരു സാമൂഹിക അധികാരവ്യവസ്ഥകൂടിയാണത്.

സാമൂഹികനീതിക്കുവേണ്ടി അതിനകത്ത് ഓരോ മേൽജാതിക്കു നേരെയും കീഴ്ജാതിക്കാർ സമരത്തിലാണ്. ഒപ്പം തന്നെ ഈ മേൽക്കീഴ് ബന്ധത്തിലെ ആപേക്ഷികമായ മേല്ക്കോയ്മ അല്ലെങ്കിൽ സാമൂഹിക അധികാരം ഭൂരിപക്ഷം ജാതിക്കാരേയും ഹൈന്ദവഐക്യത്തിനോ ഹൈന്ദവബോധത്തിനൊ വശംവദരാക്കുകയും ചെയ്യുന്നു. 'ഹൈന്ദവരിൽ' ഏറ്റവും താഴെ തട്ടിലുള്ളത് ദളിതരും ആദിവാസികളും ആണ്. അവർക്കിടയിൽപ്പോലും മേൽക്കീഴ്തട്ടുകളുണ്ട്. ഇവരെയെല്ലാം യോജിപ്പിക്കുന്ന ഒന്നാണ് അന്യമതവിരോധം. ജാതികൾ തമ്മിലുള്ള മേൽക്കീഴ് ബന്ധങ്ങൾ സാമൂഹികനീതിക്കുവേണ്ടിയുള്ള പോരാട്ടത്തിൽ അവരെ തമ്മിലടിപ്പിക്കുകയും അന്യമതത്തിനെതിരായ പോരാട്ടം അവരെ ഐക്യപ്പെടുത്തുകയും ചെയ്യുന്നു.

ഇതൊക്കെ കാണിക്കുന്നത് എം ജി വൈദ്യ പറയുന്നതുപോലെ ഹിന്ദുമതം എന്നത് പൊതുവായി പങ്കുവെക്കപ്പെടുന്ന ഒരു മൂല്യവ്യവസ്ഥ

അല്ല എന്നാണ്. കാലാകാലങ്ങളിൽ പരസ്പരം ഏറ്റുമുട്ടുകയും പരാജയപ്പെടുത്തപ്പെട്ടതിനെ ബലം പ്രയോഗിച്ചും അല്ലാതെയുമൊക്കെ ഉൾച്ചേർക്കുകയും ചെയ്താണ് ഇന്നത്തെ ഹിന്ദുമതം രൂപപ്പെട്ടത് എന്നാണ്. അതിൽത്തന്നെ ദളിത്- ആദിവാസി വിഭാഗങ്ങളെ ഒരു കാലത്തും ഹിന്ദുമതം ഉൾക്കൊണ്ടിട്ടില്ല. ഏറ്റവും പ്രാഥമികമായ വൈവാഹിക ആചാരങ്ങളിൽപ്പോലും വ്യത്യസ്തത പുലർത്തുന്ന ഹിന്ദുക്കൾ എങ്ങനെയാണ് ഒരു പൊതുവായ മൂല്യവ്യവസ്ഥ പങ്കുവെക്കുന്നവരാകുന്നത്?

ശ്രമണന്മാർ

ഹിന്ദുസ്ഥാനിൽ ജീവിക്കുന്നവരെല്ലാം ഹിന്ദുക്കളാണ്. നമ്മൾ ഒറ്റ രാഷ്ട്രമാണ്. നമ്മൾ ഹിന്ദുക്കളാണ്. നമ്മുടെ ദേശീയത ഹിന്ദുത്വമാണ്. അതൊരു ജീവിതരീതിയാണ്.'' ആർ എസ് എസ് സർസംഘചാലക് മോഹൻ ഭഗവതിന്റേതാണ് ഈ വാക്കുകൾ. കമ്യൂണിസ്റ്റുകാരൊഴികെ മറ്റാരും ഈ പ്രസ്താവനയെ കാര്യമായി എതിർത്തതായി കണ്ടില്ല. മത നിരപേക്ഷതക്കെതിരായ ഈ നിലപാടിനെ എതിർക്കാൻ കമ്യൂണിസ്റ്റു കാർക്ക് മാത്രമല്ല മതനിരപേക്ഷവാദികളും ജനാധിപത്യ വിശ്വാസികളു മായ എല്ലാവർക്കും ബാദ്ധ്യതയുണ്ട്.

ഇന്ത്യൻ ഭരണഘടന ഹിന്ദു ആരെന്ന് നിർവ്വചിക്കുന്നുണ്ട്. ജൈന ന്മാരും ബുദ്ധമതക്കാരുമൊക്കെ ഉൾക്കൊള്ളുന്നത്ര വിശാലമാണ് അതെ ങ്കിലും അതിലും ക്രിസ്ത്യാനിയെയും മുസ്ലീമിനെയും ഉൾക്കൊള്ളിച്ചി ട്ടില്ല. അങ്ങനെയിരിക്കെ ഇന്ത്യയിൽ ജീവിക്കുന്നവരെല്ലാം ഹിന്ദുക്കളാ ണെന്നു പറയുന്നത് ഭരണഘടന വിരുദ്ധമാണ്. ഇന്ത്യ എപ്പോഴെങ്കിലും ഏകമത വിശ്വാസികൾ മാത്രം അടങ്ങുന്ന ഒരു രാജ്യമായിരുന്നോ? ഇപ്പോൾ ആർ എസ് എസ് നേതാവ് പറയുന്ന ഹിന്ദുമതം ഏതെങ്കിലും കാലത്ത് ഇന്ത്യക്കാരുടെ എല്ലാവരുടേയും മതമായിരുന്നുവോ? ഇനി അതൊരു ജീവിതരീതിയോ സംസ്കാരമോ ആണെങ്കിൽ ഇന്ത്യക്കാരെല്ലാവരും ഏതെങ്കിലും കാലത്ത് ഒരേ ജീവിതരീതിയിൽ കഴിഞ്ഞിരുന്നവരാണോ?

ആർ എസ് എസുകാർ സമ്മതിച്ചാലുമില്ലെങ്കിലും മോഹൻജൊദാരോ യിലും ഹാരപ്പയിലുമൊന്നും ഹിന്ദുമതമുണ്ടായിരുന്നില്ല. ആര്യന്മാരുടെ വരവോടെ ഇന്ത്യയിൽ എത്തി എന്ന് പറയുന്ന ഋഗ്വേദത്തിലോ തുടർന്നു ണ്ടായ യജൂർവേദത്തിലോ സാമവേദത്തിലോ അഥർവ്വ വേദത്തിലോ ഒന്നും തന്നെ ഹിന്ദുസ്ഥാനെപ്പറ്റിയോ ഹിന്ദുവിനെപ്പറ്റിയോ പരാമർശങ്ങ

ളില്ല. സപ്തസിന്ധു എന്ന് പരാമർശിക്കപ്പെട്ടിട്ടുള്ളത് പഴയ പഞ്ചാബിനെയാണ്. *മനുസ്മൃതി*യിലാവട്ടെ പരാമർശിക്കപ്പെടുന്നത് സരസ്വതി നദിക്കും ദ്രഷ്ടാവതി നദിക്കും ഇടയിലുള്ള ബ്രഹ്മാവർത്തത്തെക്കുറിച്ചാണ്. ഹിമാലയത്തിനും വിന്ധ്യ പർവ്വതത്തിനും ഇടയിൽ കിടക്കുന്ന പ്രദേശമാണത്. അശോകചക്രവർത്തിക്കുപോലും ചോളന്മാരും കേരളീയരും സത്യപുത്രന്മാരുമൊക്കെ അയൽക്കാർ മാത്രമാണ്.

സംസ്കൃതമറിയാത്തവർ അന്ന് മ്ലേച്ഛന്മാരായാണ് കണക്കാക്കപ്പെട്ടിരുന്നത്. സംസ്കൃതം ചാതുർവർണ്യത്തിലെ ദ്വിജന്മാരുടെ (ബ്രാഹ്മണരുടെ), ക്ഷത്രിയരുടെ, വൈശ്യന്മാരുടെ ഭാഷയായിരുന്നു. ശൂദ്രന് സംസ്കൃതം പഠിക്കാൻ പാടുണ്ടായിരുന്നില്ല. അതായത് മ്ലേച്ഛന്മാർ. ബ്രാഹ്മണരെ എതിർക്കുന്നവർ ശ്രമണന്മാർ എന്നാണന്ന് അറിയപ്പെട്ടിരുന്നത്. വൈദികബ്രാഹ്മണാധിപത്യവുമായി വിയോജിക്കുന്നവരാ''യിരുന്നു അവർ. സാംഖ്യധർമ്മക്കാരും വൈശേഷികധർമ്മക്കാരും ന്യായധർമ്മക്കാരും ഒക്കെയായി വ്യത്യസ്ത ചിന്താഗതിക്കാരാണന്ന് ഉണ്ടായിരുന്നത്. അവരൊന്നും ഹിന്ദുക്കളായിരുന്നില്ല. ഇവരുടെയൊക്കെ ചിന്താഗതികളെ 'അഭാരതീയ ചിന്തകൾ' എന്നാണ് ശങ്കരാചാര്യർ വിശേഷിപ്പിച്ചിട്ടുള്ളത്. എന്തിന് അദ്വൈത ദർശനം സംഭാവന ചെയ്ത ശങ്കരാചാര്യർപോലും ഒരിടത്തും 'ഹിന്ദു' എന്ന് പ്രയോഗിച്ചിട്ടില്ല. *രാമായണ*ത്തിലോ *മഹാഭാരത*ത്തിലോ പുരാണ കഥകളിലോ ഒന്നും തന്നെ ഹിന്ദുവില്ല. ഭാസനോ, കാളിദാസനോ, ഭവഭൂതിയോ, വ്യാസനോ, ഒന്നും തന്നെ ഹിന്ദുമതത്തെക്കുറിച്ച് പരാമർശിക്കുന്നില്ല.

*ഭഗവത്ഗീത*യിലും ഹിന്ദുമതത്തെക്കുറിച്ച് പരാമർശമില്ല. പിന്നെങ്ങനെയാണ് ഹിന്ദുമതം സെമറ്റിക് മതങ്ങളെപ്പോലുള്ള ഒരു മതമല്ലെന്നും അതൊരു സംസ്കാരമോ ജീവിതരീതിയോ ഒക്കെയാണെന്നും പറയാനാവുക? ഇന്ത്യയിൽ ഈ പറഞ്ഞ വൈദികകാലഘട്ടത്തിലോ അതിന് ശേഷമോ ഉണ്ടായിരുന്നവരായിരുന്നു ചാർവ്വാകന്മാർ. അവരിലൊരാളായിരുന്നു ബൃഹസ്പതി. അദ്ദേഹം എഴുതിയ ശോകങ്ങളാണ് താഴെ കൊടുത്തിരിക്കുന്നത്.

ന സ്വർഗ്ഗോ നാപ വർഗ്ഗോ വാ
നൈവാത്മാ പാരലൗകിക:
നൈവ വർണ്ണാശ്രമാദീനാം
ക്രിയാശ്ച ഫലദായികാ:

(സ്വർഗ്ഗമില്ല; മോക്ഷമില്ല; പരലോകസംബന്ധിയായ ആത്മാവുമില്ല. ഫലപ്രദങ്ങളെന്നുവച്ചിട്ടുള്ള വർണ്ണാശ്രമാദിധർമ്മ കർമ്മങ്ങളും ഇല്ല തന്നെ.)

അഗ്നിഹോത്രം ത്രയോവേദാ:
ത്രിദണ്ഡം ഭസ്മഗുണ്ഠനം
ബുദ്ധി പൗരുഷ ഹീനാനാം
ജീവികാ ധാതൃനിർമ്മിതാ

(അഗ്നിഹോത്രം, മൂന്നു വേദങ്ങൾ, സന്ന്യാസം, ഭസ്മം പൂശൽ ഇവയൊക്കെ ബുദ്ധിയും പൗരുഷവും കെട്ടവരുടെ വയറ്റുപ്പിഴപ്പിനുവേണ്ടി പടച്ചുണ്ടാക്കിയ ഏർപ്പാടുകൾ മാത്രമാണ്.)

ഈ പറഞ്ഞ ബൃഹസ്പതിയെ 'ഹിന്ദു' സംസ്കാരത്തിന് അകത്തു നിർത്തണോ പുറത്തുനിർത്തണോ? ഒരു സംശയവുമില്ല 'ഹിന്ദു' സംസ്കാരത്തിന് പുറത്തുതന്നെ-ബുദ്ധദർശനവും ജൈന ദർശനവുമൊന്നും തന്നെ ബ്രാഹ്മണ മേധാവിത്വത്തെ അംഗീകരിക്കുന്നില്ല. അതായത് ഇന്നിപ്പോൾ ആർ എസ് എസ് നിലക്കൊള്ളുന്ന ഹിന്ദുത്വവാദത്തിന് എതിരായിരുന്നു ഇന്ത്യയിലെ ജനങ്ങളിൽ ഭൂരിപക്ഷവും. ചാതുർവർണ്യത്തിനകത്ത് വന്നിരുന്നവരിൽത്തന്നെ ബ്രാഹ്മണാധിപത്യത്തിന് എതിരുള്ളവരുണ്ടായിരുന്നു. ചാതുർവർണ്യത്തിന് പുറത്തുള്ളവരാകട്ടെ ഈ വിഭാഗത്തിന്റെ വിശ്വാസമോ സംസ്കാരമോ ജീവിതരീതിയോ ആയി യോജിച്ചു പോകുന്നവരുമായിരുന്നില്ല.

ചുരുക്കിപ്പറഞ്ഞാൽ ചാതുർവർണ വ്യവസ്ഥയ്ക്കും അതിനൊത്തു പോകുന്ന ഹിന്ദുത്വത്തിനും എതിരായിരുന്നു ഇന്ത്യയിലെ ബഹുഭൂരിപക്ഷവും. ദളിതരും ആദിവാസികളുമൊന്നും ഈ സംസ്കാരത്തിന്റെയോ ജീവിതരീതിയുടെയോ ഭാഗം പോലുമായിരുന്നില്ല. എന്നാലിപ്പോൾ ബ്രാഹ്മണാധിപത്യത്തിനെ മറച്ചുപിടിച്ച് മുസ്ലീമെന്ന ശത്രുവിനെതിരായി ഒരു രാഷ്ട്രീയ ഐക്യമുന്നണി കെട്ടിപ്പടുക്കാനാണ് ആർ എസ് എസ് ശ്രമിക്കുന്നത്. അതിന്റെ ഭാഗമായി ദളിത്-ആദിവാസി വിഭാഗങ്ങൾക്കും മറ്റു പിന്നോക്ക ജാതിക്കാർക്കുമൊക്കെ ജാതി അടിസ്ഥാനത്തിലും സ്വത്വാടിസ്ഥാനത്തിലുമൊക്കെ സംഘടനയുണ്ടാക്കുവാനും ഹിന്ദുവെന്ന പൊതു ലേബലിൽ അവരെ അണിനിരത്താനുമാണ് ആർ എസ് എസ് ശ്രമം. ഇത് ചരിത്രത്തിന്റെ നിഷേധമാണ്.

രാജഭക്തിയും ദേശീയതയും

'**ഭാ**രത് മാതാ കി ജയ്' എന്ന് വിളിക്കാൻ തയ്യാറില്ലാത്തവർ ദേശദ്രോഹികളാണ് എന്ന് അധിക്ഷേപിക്കുന്ന സംഘപരിവാർ ശക്തികൾക്ക് കൂട്ടായി കോൺഗ്രസുകാരുമുണ്ട് എന്ന് ഈയിടെ വാർത്തകൾ വന്നിരുന്നു. ചരിത്രകാരനായ ഇർഫാൻ ഹബീബ് പൗരാണിക-മദ്ധ്യകാല ഇന്ത്യാചരിത്രത്തിൽ ഒരിടത്തും ഭാരതമാതാവിന്റെ സങ്കല്പമില്ല എന്നും അതൊരു യൂറോപ്യൻ സങ്കല്പനത്തിന്റെ ഇന്ത്യൻ പതിപ്പാണെന്നും വ്യക്തമാക്കിയിരുന്നു. എന്തായാലും 'ദേശീയത' ഒരു മുഖ്യ പ്രചാരണായുധമാക്കി മാറ്റാനാണ് സംഘപരിവാർ ശ്രമിച്ചുകൊണ്ടിരിക്കുന്നത്. നവലിബറൽ സാമ്പത്തികനയങ്ങൾ നടപ്പിലാക്കുന്നതുമൂലം കഷ്ടതയനുഭവിച്ചുവരുന്ന ജനങ്ങൾ അതിനെതിരായ യോജിച്ച പോരാട്ടത്തിലേക്ക് വരുന്നതിനെ തടയുക എന്ന ലക്ഷ്യത്തോടെയാണ് 'ദേശീയത അപകടത്തിൽ' എന്ന മുദ്രാവാക്യമുയർത്തി ജനശ്രദ്ധ തിരിച്ചുവിടുന്നതിനായി സംഘപരിവാർ സംഘടിതമായി ശ്രമിച്ചുകൊണ്ടിരിക്കുന്നത്.

ദേശീയത, ദേശസ്നേഹം, ദേശഭക്തി എന്നീ സങ്കല്പനങ്ങൾക്ക് ഹിന്ദു പുനരുജ്ജീവനവാദപരമായ വ്യാഖ്യാനം നല്കി ഇന്ത്യയെ സംഘപരിവാർ ഉദ്ദേശിക്കുന്ന തരത്തിലുള്ള ഒരു ആക്രമണോത്സുക ഹിന്ദുത്വ ഫാസിസ്റ്റ് രാഷ്ട്രമാക്കി മാറ്റുന്നതിനുവേണ്ടിയാണ് അവർ ശ്രമിച്ചുവരുന്നത്. *മനുസ്മൃതി* പറയുന്നത് രാജാവ് (ഭരണാധികാരി) ദൈവത്തിന്റെ പ്രതിപുരുഷനാണെന്നാണ്. ബ്രഹ്മാവ് രാജാവിനെ സൃഷ്ടിക്കുന്നതുതന്നെ ഇന്ദ്രൻ, വായു, യമൻ, അർക്കൻ, അഗ്നി, വരുണൻ, ചന്ദ്രൻ, കുബേരൻ, എന്നിവരുടെ നിത്യങ്ങളായ സാർത്ഥകങ്ങളെ ഒന്നിച്ചുചേർത്തുകൊണ്ടാണെന്ന് *മനുസ്മൃതി* പറയുന്നു. അതായത് രാജാവ് സാധാരണ മനുഷ്യനല്ല; മറിച്ച് ദൈവാംശത്തോടെ ജനിക്കുന്നവനുമാണ്. രാജവാഴ്ചയ്ക്കു

കീഴിൽ ജനങ്ങൾ യാതൊരു അധികാരവുമില്ലാത്ത പ്രജകൾ മാത്രമാണ്. അവർ രാജാവിനെതിരായി കലാപം ചെയ്യാതിരിക്കണമെങ്കിൽ, രാജാവിന് കീഴൊതുങ്ങി ജീവിക്കണമെങ്കിൽ ഇങ്ങനെ ചില സങ്കല്പനങ്ങളൊക്കെ ഭരണവർഗ്ഗം അന്ന് പ്രയോഗിച്ചുകാണും. മർദ്ദകവർഗ്ഗം ഈശ്വരനെയും മതത്തെയുമൊക്കെ മർദ്ദനോപകരണമായി ഉപയോഗപ്പെടുത്തുന്നതിന്റെ ഉത്തമ ദൃഷ്ടാന്തമാണിത്.

ദൈവത്തോടോ, ദേവന്മാരോടോ, മാതാപിതാക്കളോടോ, ഗുരുക്കന്മാരോടോ, തോന്നുന്ന ബഹുമാനാദരപൂർവ്വമായ സ്നേഹമാണ് ഭക്തി. ഇതിൽ ദൈവത്തിന്റെ സ്ഥാനത്തേക്ക് രാജാവിനെ സ്ഥാപിച്ചെടുത്താൽ സ്വാഭാവികമായും രാജാവിനും ജനങ്ങളിൽനിന്നും ദൈവത്തെപ്പോലെ ഭക്തി ലഭ്യമാകും. ഇങ്ങനെയാണ് രാജഭക്തി എന്ന സങ്കല്പനംതന്നെ രൂപപ്പെടുന്നത്. ഈ ഭക്തി രാജാവിനോടു മാത്രമല്ല ഏതൊരു ഭരണാധികാരിയോടും ജനങ്ങൾക്ക് ഉണ്ടാകണം എന്നാണ് ഇന്നവർ ദേശീയത, ദേശസ്നേഹം, ദേശഭക്തി എന്നീ സങ്കല്പനങ്ങളിലൂടെ ഉണ്ടാക്കിയെടുക്കാൻ ശ്രമിക്കുന്നത്. രാജഭരണകാലത്ത് പ്രജയ്ക്ക് രാജാവിനോട് ഭക്തിയുണ്ടാവുന്നത് ഭരണം സുഗമമാക്കുന്നതിന് ഗുണംചെയ്യും. പക്ഷേ, രാജഭരണകാലത്തുതന്നെ സ്വന്തം അമ്മാവനായ കംസൻ എന്ന രാജാവിനെ കൃഷ്ണൻ കൊന്നിട്ടുണ്ടെന്നും അത് ശരിയായിരുന്നുവെന്നും ഹിന്ദു പുരാണങ്ങൾതന്നെ പറയുന്നുണ്ട്. ബാലിയും സുഗ്രീവനും തമ്മിലും യുദ്ധമുണ്ടായിട്ടുണ്ട്.

ഈ രാജഭക്തി ജനാധിപത്യ വ്യവസ്ഥയിൽ ഭരണാധികാരിയോട് പൗരൻ കാണിക്കേണ്ടതുണ്ടോ? ഇല്ല എന്നാണ് ഉത്തരം. പ്രജയിൽനിന്ന് ഏറെ വ്യത്യസ്തമാണ് പൗരന്റെ പദവി. അവന്/അവൾക്ക് ആരാണ് തന്നെ ഭരിക്കേണ്ടത് എന്ന് നിശ്ചയിക്കാനുള്ള അവകാശമുണ്ട്. അതുകൊണ്ടുതന്നെ പൗരന് ഭരണാധികാരികളുടെ ദുഷ്ചെയ്തികളെ എതിർക്കാം. ആവശ്യമെങ്കിൽ ഭരണാധികാരിയെ മാറ്റാനുമുള്ള അധികാരമുണ്ട്. അതുകൊണ്ടാണ് ബ്രിട്ടീഷുകാർ തങ്ങളുടെ കൊളോണിയൽ ആധിപത്യകാലത്ത് കൊണ്ടുവന്ന ഇന്ത്യൻ ഭാഷാ നിയമത്തിലെ രാജ്യദ്രോഹം സംബന്ധിച്ച 124 എ വകുപ്പ് ജനാധിപത്യ ഇന്ത്യയിൽ അപ്രസക്തമായിട്ടും ബി ജെ പി ഗവൺമെന്റിനെതിരായി പറയുകയോ പ്രവർത്തിക്കുകയോ ചെയ്യുന്നവരെയൊക്കെ രാജ്യദ്രോഹികളായി മുദ്രകുത്തുന്ന സംഘപരിവാർ ശ്രമങ്ങൾ ജനാധിപത്യവിരുദ്ധമാകുന്നത്.

ഇവിടെയാണ് 1935 ൽ പ്രസിദ്ധീകൃതമായ *ഫാസിസ്റ്റ് തത്ത്വശാസ്ത്രം* എന്ന കൃതിയിൽ മുസോളിനി ദേശീയതയ്ക്കു നല്കിയിട്ടുള്ള നിർവ്വചനവും സംഘപരിവാറിന്റെ ദേശീയതാ സിദ്ധാന്തവും തമ്മിലുള്ള പാരസ്പര്യം വ്യക്തമാവുന്നത്. ഫാസിസ്റ്റ് പ്രത്യയശാസ്ത്രത്തിന് പ്രധാനപ്പെട്ട അഞ്ച് സിദ്ധാന്തങ്ങൾ ഉള്ളതായാണ് മുസ്സോളിനി ആ കൃതിയിൽ പറഞ്ഞിരിക്കുന്നത്. അതിൽ രണ്ടാമത്തെ സിദ്ധാന്തം ദേശീയതയ്ക്കുമേൽ ഭരണകവാടത്തിനുള്ള പ്രാമുഖ്യം വ്യക്തമാക്കുന്നതാണ്. മുസ്സോളിനി

പറയുന്നു'' "ദേശീയത (രാഷ്ട്രം) അല്ല ഭരണകൂടത്തിന് ജന്മംനല്കുന്നത്.... ഭരണകൂടമാണ് ദേശീയത സൃഷ്ടിക്കുന്നത്'' ദേശീയതയ്ക്കുമേൽ ഭരണകൂടത്തിന് പ്രാമുഖ്യം നല്കുന്ന ഈ സിദ്ധാന്തത്തിന്റെ ഇന്ത്യൻ പതിപ്പാണ് ഇപ്പോൾ സംഘപരിവാർ ഇവിടെ പ്രചരിപ്പിച്ചുകൊണ്ടിരിക്കുന്നത്. ഭരണാധികാരിയോട് ഭക്തികാണിക്കലാണ് രാജ്യസ്നേഹം അല്ലെങ്കിൽ ദേശീയത എന്നാണവർ പറയുന്നത്. ഇതനുസരിച്ച് ഇന്ത്യൻ ദേശീയതയ്ക്ക് ജന്മംനല്കുന്ന ഭരണകൂട മേധാവിയാണ് മോദി.

ഇതേ ഗ്രന്ഥത്തിൽത്തന്നെ ജനാധിപത്യത്തോടുള്ള ഫാസിസത്തിന്റെ നിലപാടും മുസ്സോളിനി വ്യക്തമാക്കിയിട്ടുണ്ട്. ''ജനാധിപത്യത്തെ തള്ളിക്കളയുന്നതിലൂടെ ഫാസിസം തള്ളിക്കളയുന്നത് രാഷ്ട്രീയതുല്യത എന്ന യുക്തിഹീനമായ മാമൂൽ നുണയെത്തന്നെയാണ്." കോൺഗ്രസിന് ഭൂരിപക്ഷമുള്ള ഗവൺമെന്റുകളെ ഭരണഘടനയുടെ 356-ാം വകുപ്പ് ഉപയോഗപ്പെടുത്തി ഒന്നൊന്നായി പിരിച്ചുവിട്ടുകൊണ്ട് ജനാധിപത്യത്തോടുള്ള വിപ്രതിപത്തിയാണ് ബി ജെ പി പ്രകടമാക്കുന്നത്. മോദി ഭരണകൂടം നീങ്ങുന്നത് അമിതാധികാരവാഴ്ചയിലേക്കാണ്. അതിനെതിരായി ജനങ്ങൾ ഒറ്റക്കെട്ടായി അണിനിരക്കേണ്ടതുണ്ട്.

ജനവിരുദ്ധമായ രാജ്യദ്രോഹക്കുറ്റ നിയമം

ഇന്ത്യ ബ്രിട്ടീഷ് ആധിപത്യത്തിൻ കീഴിലായിരിക്കെ മെക്കാളെ പ്രഭുവാണ് ഇന്ത്യൻ ശിക്ഷാനിയമത്തിന് രൂപംകൊടുത്തത്. ഇന്ത്യ സ്വതന്ത്രയായിട്ടും ശിക്ഷാനിയമം ഏതാനും ചില ഭേദഗതികളോടെ തുടർന്നു. ബ്രിട്ടീഷ് ആധിപത്യത്തിന് എതിരായി പറയുന്നവരെയും പ്രവർത്തിക്കുന്നവരെയുമൊക്കെ രാജ്യദ്രോഹികളാക്കാവുന്ന വിധത്തിലാണ് ഈ നിയമത്തിൽ രാജ്യദ്രോഹം നിർവ്വചിക്കപ്പെട്ടിരിക്കുന്നത്.

എഴുതുകയോ പറയുകയോ ചെയ്യുന്ന വാക്കുകളാലോ, ചിഹ്നങ്ങളാലോ, കാണപ്പെടാവുന്ന പ്രാതിനിദ്ധ്യം വഴിക്കോ നിയമപ്രകാരം സ്ഥാപിതമായ ഗവൺമെന്റിനെതിരായി വെറുപ്പോ വിദ്വേഷമോ വളർത്തുന്നതും മമതാരാഹിത്യം ഉണ്ടാക്കുന്നതുമായ കാര്യങ്ങൾ ചെയ്യുന്നതിനെയാണ് ഇന്ത്യൻ ശിക്ഷാനിയമത്തിന്റെ 124 എ വകുപ്പിൽ രാജ്യദ്രോഹമായി ചിത്രീകരിച്ചിരിക്കുന്നത്. ബ്രിട്ടീഷ് ഭരണകാലത്ത് നിയമപ്രകാരം സ്ഥാപിതമായ ഗവൺമെന്റ് എന്നതിനർത്ഥം കൊളോണിയൽ ഗവൺമെന്റ് എന്നായിരുന്നു. അവർക്കെതിരെ വെറുപ്പും വിദ്വേഷവും മമതാരാഹിത്യവും ഉണ്ടാക്കുക എന്നതിനർത്ഥം സ്വാതന്ത്ര്യസമരം നടത്തുക എന്നതായിരുന്നു. അതായത് കൊളോണിയൽ ഭരണത്തിനെതിരായി എഴുതുന്നതും പറയുന്നതും കാർട്ടൂൺ വരയ്ക്കുന്നതും സമരം ചെയ്യുന്നതുമൊക്കെ ജീവപര്യന്തം ശിക്ഷിക്കാവുന്ന രാജ്യദ്രോഹക്കുറ്റമാക്കി മാറ്റുക എന്ന ലക്ഷ്യത്തോടെയാണ് ഇന്ത്യൻ ശിക്ഷാനിയമത്തിൽ ഈ വകുപ്പ് എഴുതിച്ചേർത്തിരുന്നത്.

ഇന്ത്യൻ സ്വാതന്ത്ര്യ സമരത്തിന് നേതൃത്വം കൊടുത്തവർക്കെതിരായി വ്യാപകമായി ഉപയോഗിക്കപ്പെട്ട ഒന്നാണ് ഇത്. ബാലഗംഗാധര തിലകനും ഗാന്ധിജിയും ഭഗത്സിങ്ങുമൊക്കെ ഈ കുറ്റം ചാർത്തപ്പെട്ട

വരാണ്. അതിനാലാണ് ഗാന്ധിജി ഈ നിയമത്തെ ''പൗരസ്വാതന്ത്ര്യം അടിച്ചമർത്താനായി ആവിഷ്കരിച്ച ഇന്ത്യൻ ശിക്ഷാനിയമത്തിലെ രാഷ്ട്രീയ വകുപ്പുകളിലെ രാജകുമാരൻ'' എന്ന് വിശേഷിപ്പിച്ചത്. ഈ അനുഭവം ഉൾക്കൊണ്ടാണ് അഭിപ്രായപ്രകടന സ്വാതന്ത്ര്യം സംബന്ധിച്ച് 1951 ൽ പാർലമെന്റിൽ നടന്ന ഒരു ചർച്ചയിൽ പങ്കെടുത്തുകൊണ്ട് ജവ ഹർലാൽ നെഹ്റു ''എന്റെ അഭിപ്രായത്തിൽ ഈ വകുപ്പ് അങ്ങേയറ്റം എതിർക്കപ്പെടേണ്ടതും നിന്ദ്യവുമാണ്. നാം പാസാക്കുന്ന ഒരു നിയമ ത്തിലും ഇതിന് സ്ഥാനം ലഭിക്കരുത്'' എന്ന് പ്രസ്താവിച്ചത്. എന്നിട്ടും 124 എ വകുപ്പ് ഇന്ത്യൻ ശിക്ഷാനിയമത്തിന്റെ ഭാഗമായി തുടർന്നു.

തുടർന്നുവന്ന ഗവൺമെന്റുകളൊക്കെ ഈ വകുപ്പ് ജനങ്ങൾക്കെ തിരായി പ്രയോഗിച്ചുകൊണ്ടേയിരുന്നു. ഛത്തീസ്ഗഢിലെ ആദിവാസി കൾക്കിടയിൽ പ്രവർത്തിച്ചുവന്നിരുന്ന ബിനായക് സെന്നിനെതിരായി രാജ്യദ്രോഹകുറ്റം ചുമത്തിയതിനെ തുടർന്ന് അദ്ദേഹത്തെ ജീവപര്യന്തം തടവിന് ശിക്ഷിച്ചു. എന്നാൽ രാജ്യദ്രോഹക്കുറ്റം ചുമത്തുന്നതിന് തെളി വില്ലെന്ന് പറഞ്ഞുകൊണ്ട് സുപ്രീംകോടതി ബിനായക് സെന്നിന് ജാമ്യം അനുവദിച്ചു. ഒരാൾക്കെതിരെ രാജ്യദ്രോഹക്കുറ്റം ചുമത്തുന്നതിന് അ യാൾ ആക്രമണത്തിന് പ്രേരിപ്പിച്ചതിന് തെളിവുണ്ടായിരിക്കണമെന്ന് അ രനൂറ്റാണ്ടിന് മുമ്പുതന്നെ സുപ്രീംകോടതി വ്യക്തമാക്കിയിരിക്കുന്നതാണ്.

ഇന്ത്യ ഒരു ജനാധിപത്യ രാജ്യമാണ്. നിയമപ്രകാരം സ്ഥാപിതമായ ഗവൺമെന്റിനെതിരെ പ്രവർത്തിക്കാൻ അവകാശമുള്ളവരാണ് പ്രതി പക്ഷം. അത് നിയമപരമായി അംഗീകരിക്കപ്പെട്ട വസ്തുതയാണ്. പക്ഷേ, അങ്ങനെ പ്രവർത്തിക്കുന്ന ഏതൊരു പ്രതിപക്ഷ പാർട്ടി പ്രവർത്തക നെയും രാജ്യദ്രോഹത്തിന്റെ നിർവ്വചനത്തിനകത്ത് കൊണ്ടുവരാൻ ഈ നിയമത്തിന് കഴിയും എന്ന സ്ഥിതിയാണ് ഇപ്പോഴുള്ളത്. അഴിമതി ക്കെതിരായി കാർട്ടൂൺ വരച്ച മുംബൈയിലെ അസിം ത്രിവേദി രാജ്യ ദ്രോഹിയാവുന്നതും കൂടങ്കുളം ആണവനിലയത്തിനെതിരെ സമരം ചെയ്ത 3500 പേർ രാജ്യദ്രോഹക്കുറ്റത്തിന് അറസ്റ്റിലായതുമൊക്കെ ഈ നിയമം ഭരണാധികാരിവർഗ്ഗം എങ്ങനെ ദുരുപയോഗം ചെയ്യും എന്നതാണ് വെളിപ്പെടുത്തുന്നത്.

ജവഹർലാൽ നെഹ്റു യൂണിവേഴ്സിറ്റിയിൽ പ്രസംഗിച്ച കുറ്റത്തി നാണ് കനയ്യകുമാർ രാജ്യദ്രോഹിയായതെങ്കിൽ ആ സമരത്തെ പിന്തു ണച്ചതിനാണ് സീതാറാം യെച്ചൂരിയടക്കമുള്ള നേതാക്കൾക്കെതിരെ രാജ്യ ദ്രോഹകുറ്റം ചുമത്തപ്പെട്ടത്. കൊളോണിയൽ ഭരണാധികാരികൾ രാജ്യം ഭരിച്ചത് വിദേശകുത്തകകൾക്ക് വേണ്ടിയായിരുന്നുവെങ്കിൽ നവലിബറൽ കാലത്തെ ഭരണാധികാരികൾ ഭരിക്കുന്നത് ആഗോളധനമൂലധനത്തിന്റെ താല്പര്യങ്ങൾ സംരക്ഷിക്കുന്നതിനും അവരുമായി കൂടുതൽ കൂടുതൽ സഹകരിക്കുന്ന ഇന്ത്യൻ കുത്തകകളുടെ താല്പര്യങ്ങൾ സംരക്ഷിക്കു ന്നതിനുമാണ്. രണ്ടിടത്തും ജനങ്ങൾക്കുവേണ്ടി നിലകൊള്ളുന്നവർ രാജ്യ ദ്രോഹികളായി ചിത്രീകരിക്കപ്പെടുന്നുവെന്നതാണിത് വ്യക്തമാക്കുന്നത്.

എൻ എസ് എ, ടി എ ഡി എ, പി ഒ ടി എ, യു എ പി എ എന്നീ കരിനിയമങ്ങൾ വന്നതും നവലിബറൽ കാലത്തുതന്നെയാണ്. ജനാധിപത്യത്തിന്റെ ചിറകുകൾ ഒന്നൊന്നായി വെട്ടിയരിഞ്ഞുക്കൊണ്ടിരിക്കുന്നത് ധനമൂലധനശക്തികൾ തന്നെയാണ്.

ജെ എൻ യു സമരത്തിന്റെ പ്രസക്തി

> **ജ**യിലിൽനിന്ന് എനിക്ക് രണ്ടു പാത്രങ്ങൾ ലഭിച്ചു. ഒന്ന് നീലനിറത്തിൽ, രണ്ടാമത്തേത് ചുവന്ന നിറത്തിലും. ഇതെന്നെ ഇരുത്തി ചിന്തിപ്പിച്ചു. എനിക്ക് വിധിയിൽ വിശ്വാസമില്ല. ദൈവത്തെ എനിക്കറിയുക പോലുമില്ല. പക്ഷേ, ഈ രാജ്യത്ത് നല്ലതെന്തോ നടക്കാൻ പോകുന്നു എന്നെനിക്കു തോന്നിതുടങ്ങി. ആ നീലനിറമുള്ള പാത്രത്തിൽ ഞാൻ അംബേദ്കറുടെ പ്രസ്ഥാനത്തെയാണ് കണ്ടത്. ചുവന്ന പാത്രത്തിൽ കമ്യൂണിസ്റ്റ് പ്രസ്ഥാനത്തെയും (കനയ്യകുമാർ ജയിൽ മോചിതനായതിനുശേഷം ജെ എൻ യുവിൽ നടത്തിയ പ്രസംഗഭാഗം)

സമീപകാലത്ത് ഇന്ത്യൻ രാഷ്ട്രീയത്തിൽ നടന്നുകൊണ്ടിരിക്കുന്ന ക്രിയാത്മകമായ ഒരു മാറ്റത്തെയാണ് ഈ വാചകങ്ങളിൽ കനയ്യകുമാർ പ്രതിഫലിപ്പിച്ചിരിക്കുന്നത്. അംബേദ്കർ മുന്നോട്ടുവെച്ച ആശയങ്ങളുടെ അടിസ്ഥാനത്തിലാണ് ഇന്ത്യയിലെ മിക്കവാറും ദളിത് പ്രസ്ഥാനങ്ങൾ പ്രവർത്തിച്ചുവരുന്നത്. ഏറിയോ കുറഞ്ഞോ അവയിലൊക്കെ സ്വത്വ രാഷ്ട്രീയത്തിന്റെ സ്വാധീനം കാണാവുന്നതാണ്. സ്വത്വബോധാടിസ്ഥാനത്തിൽ രാഷ്ട്രീയം കൈകാര്യം ചെയ്യുന്നവരാണ് സ്വത്വരാഷ്ട്രീയക്കാർ.

1970 കളോടെയാണ് ഈ രാഷ്ട്രീയസങ്കല്പനം ഉയർന്നുവരുന്നത്. ധനമൂലധനശക്തികൾ വളർത്തിയെടുത്ത നവലിബറൽ നയങ്ങൾക്ക് 1980 കളിൽ ഉണ്ടായ മുന്നേറ്റവും സോഷ്യലിസത്തിനുണ്ടായ തിരിച്ചടിയുമാണ് സ്വത്വരാഷ്ട്രീയത്തിന്റെ വളർച്ചയ്ക്ക് പശ്ചാത്തലമായി ഭവിച്ചത്. സ്വത്വ

രാഷ്ട്രീയം ജനങ്ങളെ ഭിന്നിപ്പിക്കുകയും ശിഥിലീകരിക്കുകയും ചെയ്യുന്നുണ്ട്. വർഗ്ഗപരമായ ഐക്യത്തിനെതിരായ സമീപനമാണ് സ്വത്വരാഷ്ട്രീയം എടുക്കുന്നത്. സ്വത്വരാഷ്ട്രീയം സ്വാഭാവികമായും ഒരു സ്വത്വത്തെ മറ്റൊന്നിൽനിന്ന് വേർതിരിക്കുകയും ഒഴിവാക്കി നിർത്തുകയും ചെയ്യുന്നു. നവലിബറൽ നയങ്ങൾ നടപ്പിലാക്കിയതിന്റെ ഭാഗമായി വളർന്നുവരുന്ന പുത്തൻ മദ്ധ്യവർഗ്ഗമാണ് ഇതിന്റെ സാമ്പത്തിക അടിത്തറയായി ഇന്ത്യയിൽ പ്രവർത്തിക്കുന്നത്.

പുത്തൻ മദ്ധ്യവർഗ്ഗം എന്ന് പൊതുവിൽ പറയാമെങ്കിലും അവരിൽ തന്നെ ഉയർന്ന സാമ്പത്തിക ശേഷിയുള്ളവരും വൻശമ്പളം പറ്റുന്നവരും പ്രൊഫഷണലുകളും ഒക്കെ അടങ്ങിയ ഒരു വിഭാഗമുണ്ട്. മിക്കവാറും എല്ലാജാതികളിൽനിന്നും ഇത്തരക്കാർ ഉയർന്നുവന്നിട്ടുണ്ട്. സർക്കാർ ജോലി, വിദ്യാഭ്യാസം എന്നിവയിലെ സംവരണംകൊണ്ട് മുഖ്യമായും നേട്ടമുണ്ടാക്കുന്നത് ഇവരാണ് എന്നതിനാൽ ഈ വിഭാഗക്കാരാണ് സ്വത്വരാഷ്ട്രീയ പ്രസ്ഥാനങ്ങൾക്ക് നേതൃത്വം നല്കുന്നത്. അവർ പൊതുവിൽ മുതലാളിത്ത വ്യവസ്ഥ നിലനില്ക്കണമെന്ന് ആഗ്രഹിക്കുന്നവരുമാണ്.

സ്വത്വരാഷ്ട്രീയ പ്രസ്ഥാനങ്ങൾക്കു പിന്നിൽ അണിനിരക്കുന്ന മറ്റൊരു വിഭാഗക്കാർ അസംഘടിത തൊഴിലാളികളാണ്. മുമ്പത്തേതുപോലെ വൻകിട വ്യവസായങ്ങളിൽ ഒരു മേല്ക്കൂരയ്ക്കുകീഴിൽ അണിനിരത്തപ്പെടുന്നവരല്ല ഇന്നത്തെ തൊഴിലാളികളിൽ വലിയൊരു പങ്കുവരുന്ന അസംഘടിതതൊഴിലാളികൾ എന്നതിനാൽ ഇവർക്ക് പാരമ്പര്യമായി ആർജ്ജിതമായ ജാതി-മതബോധത്തെ മറികടന്ന് വർഗ്ഗബോധത്തിലേക്ക് ഉയരുന്നതിന് കഴിയുന്നില്ല എന്ന സ്ഥിതിയുണ്ട്. അതുകൊണ്ടുതന്നെ ഇക്കൂട്ടരെ എളുപ്പത്തിൽ ആകർഷിക്കുന്നതിന് സ്വത്വരാഷ്ട്രീയക്കാർക്ക് കഴിയുന്നു. സ്വത്വരാഷ്ട്രീയക്കാരാവട്ടെ വർഗ്ഗസമരകാഴ്ചപ്പാടുയർത്തിപ്പിടിക്കുന്ന കമ്യൂണിസ്റ്റുകാരെ അകറ്റിനിർത്തുന്ന സ്ഥിതിയും ഉണ്ടായിരുന്നു. ബി എസ് പി കമ്യൂണിസ്റ്റുകാരുമായി മുന്നണിയുണ്ടാക്കുന്നതിന് വിരുദ്ധമായ സമീപനമെടുക്കുമ്പോൾത്തന്നെ കോൺഗ്രസുമായും ബി ജെ പിയുമായും ധാരണയുണ്ടാക്കിയിരുന്നത് ഇതിനാലാണ്.

എന്നാൽ രോഹിത് വെമുല, കനയ്യകുമാർ സംഭവങ്ങൾ സ്വത്വരാഷ്ട്രീയക്കാരുടെ ഇടയിൽ ഭിന്നിപ്പുണ്ടാക്കുന്നതിന് കാരണമായി. കേരളത്തിൽ ബി ഡി ജെ എസ്, പുലയമഹാസഭ (ബാബു വിഭാഗം) തുടങ്ങിയവയൊന്നുംതന്നെ രോഹിത് വെമുല സംഭവത്തിൽ നിലപാടെടുക്കാൻ തയ്യാറായില്ല. എന്നാൽ, ജവഹർലാൽ നെഹ്റു യൂണിവേഴ്സിറ്റിയിൽ കേന്ദ്ര ഗവൺമെന്റിന്റെ ഭാഗത്തുനിന്നുണ്ടായ അമിതാധികാര നടപടിയിൽ എ ബി വി പി അടക്കമുള്ള സംഘപരിവാർശക്തികൾക്കെതിരായി അവിടെ പ്രവർത്തിച്ചുവരുന്ന ദളിത് വിദ്യാർത്ഥിസംഘടനകൾ പുരോഗമന

വിദ്യാർത്ഥി പ്രസ്ഥാനത്തോടൊപ്പം നില്ക്കാൻ തയ്യാറായി എന്നുമാത്ര മല്ല അമിതാധികാരവിരുദ്ധ സമരത്തിനായി ഒരു വിശാലമുന്നണി രൂപ പ്പെടുത്തുകയും ചെയ്തു. സ്വത്വരാഷ്ട്രീയത്തിന് വർഗ്ഗരാഷ്ട്രീയത്തിനോ ടുണ്ടായിരുന്ന അസ്പൃശ്യത അവസാനിക്കുകയും യോജിച്ച പോരാട്ടം ഉയർന്നുവരികയും ചെയ്തു എന്നതാണ് ജവഹർലാൽ നെഹ്റു യൂണി വേഴ്സിറ്റി സമരത്തിന്റെ ക്രിയാത്മകവശം. ഇത് ഇന്ത്യൻ ദേശീയതയുടെ വളർച്ചയ്ക്ക് ഗുണകരമാണ്

സി പി ഐ (എം)ഉം ദേശീയ പ്രശ്നവും

ദേശീയതകളുടെ പ്രശ്നത്തിൽ കൂടുതൽ ശരിയും ശാസ്ത്രീയവും ആയ ഒരു നിലപാടിൽ സി പി ഐ (എം) എത്തിച്ചേരുന്നത് മധുരയിൽ വെച്ചുചേർന്ന ഒൻപതാം കോൺഗ്രസിലാണ്. അതിൽവെച്ച് ഇന്ത്യയുടെ ദേശീയ പ്രശ്നത്തെക്കുറിച്ച് വിശദമായ ഒരു കുറിപ്പ് സി പി ഐ (എം) അംഗീകരിച്ചു. ഏഴാം പാർട്ടി കോൺഗ്രസിൽ വെച്ച് അംഗീകരിച്ച പാർട്ടി പരിപാടിയിൽ ദേശീയ പ്രശ്നത്തെക്കുറിച്ച് സ്വീകരിച്ച നിലപാടിന്റെ വിശദീകരണമായിരുന്നു അത്. ദേശീയതകൾക്ക് സ്വയം നിർണ്ണായാവകാശം നല്കുന്ന അവിഭക്ത കമ്യൂണിസ്റ്റ് പാർട്ടിയുടെ നിലപാട് സി പി ഐ (എം) അംഗീകരിക്കാതിരിക്കുന്നതിനുള്ള കാരണമെന്ത് എന്ന് വ്യക്തമാക്കുന്നതായിരുന്നു ആ കുറിപ്പ്.

അതിൽ ഇന്ത്യ ഇന്ന് അഭിമുഖീകരിച്ചുകൊണ്ടിരിക്കുന്ന ദേശീയ പ്രശ്നം എന്ത് എന്ന് വ്യക്തമാക്കിക്കൊണ്ട് ഇങ്ങനെ പറഞ്ഞു:

> ഇന്ത്യയുടെ വിമോചനത്തിനുള്ള സാമ്രാജ്യത്വവിരുദ്ധ പ്രസ്ഥാനത്തെ 'ഇന്ത്യൻ ദേശീയപ്രസ്ഥാന'മായാണ് പൊതുവെ എന്നും ചിത്രീകരിച്ചിട്ടുള്ളത്. ഇതിൽനിന്ന് അനുക്തസിദ്ധമെന്ന നിലയ്ക്ക് ഇന്ത്യൻ ഉപഭൂഖണ്ഡത്തിൽ നിവസിക്കുന്ന വ്യത്യസ്ത ഭാഷകൾ സംസാരിക്കുന്ന ജനതകളെയും ദേശീയജനവിഭാഗങ്ങളെയും ഒരൊറ്റ ഇന്ത്യൻ രാഷ്ട്രമായി കരുതി വരികയായിരുന്നു. രാഷ്ട്രം എന്ന പദത്തിന്റെ അത്തരമൊരു നിർവ്വചനത്തിന് ചരിത്രപരതയുടെയോ ശാസ്ത്രത്തിന്റെയോ പരിശോധനയെ അതിജീവിക്കുവാൻ കഴിയുകയില്ല. ഇന്ത്യയിലെ ദേശീയ പ്രശ്നത്തെ അതിന്റെ എല്ലാ

വശങ്ങളും വെച്ച് വിശകലനം ചെയ്യാനോ വിലയിരുത്താനോ ഇതാരേയും സഹായിക്കുന്നില്ല. ഇന്ത്യൻ യൂണിയനും പാകിസ്ഥാനുമായി വിഭജിക്കപ്പെടുന്നതിന് മുമ്പും പിമ്പും ഇന്ത്യൻ ഉപഭൂഖണ്ഡം ഒന്നിച്ചും തൊട്ടുതൊട്ടും കിടക്കുന്ന വ്യത്യസ്ത പ്രദേശങ്ങളിൽ പാർക്കുന്നവരും വിവിധ വർണ്ണ-സാംസ്കാരിക ഗ്രൂപ്പുകളിൽ പെടുന്നവരും വ്യത്യസ്ത ഭാഷകൾ സംസാരിക്കുന്നവരുമായ ജനതകളെ ഉൾക്കൊള്ളുന്ന ഒരു വിസ്തൃത രാജ്യമാണ്. ബ്രിട്ടീഷ് കൊളോണിയൽ ഭരണാധികാരികൾ ഭരിച്ചിരുന്ന ഒരു ബഹുദേശീയ സ്റ്റേറ്റായിരുന്നു അത്. ഇന്ത്യൻ ഉപഭൂഖണ്ഡം മുഴുവൻ ഒരൊറ്റ 'രാഷ്ട്ര' മാണെന്ന വൈകാരിക സിദ്ധാന്തമോ അത് രണ്ട് രാഷ്ട്രങ്ങളെ- ഹിന്ദു-മുസ്ലിം രാഷ്ട്രങ്ങൾ-ഉൾക്കൊള്ളുന്നുവെന്ന അപകടകരമായ വർഗ്ഗീയസിദ്ധാന്തമോ സത്യത്തിനും ശാസ്ത്രീയ കാഴ്ചപ്പാടിനും നിരക്കുന്നതല്ല. നിയമപുസ്തകത്തിൽ ഇന്ത്യാ രാജ്യത്തിനെ ഇന്ത്യൻ യൂണിയനായി നിർവ്വചിച്ചിട്ടുള്ള വസ്തുതയും മിക്കവാറും എല്ലാ സംസ്ഥാനങ്ങളെയും ഭാഷാടിസ്ഥാനത്തിൽ പുന:സംവിധാനം ചെയ്യുകയോ പുന:സംഘടിപ്പിക്കുകയോ ചെയ്തിട്ടുണ്ട് എന്ന വസ്തുതയും സംസ്ഥാനങ്ങൾക്ക് യഥാർത്ഥ സ്വയം ഭരണാവകാശവും കൂടുതൽ അധികാരങ്ങളും വേണമെന്ന അടക്കിനിർത്താനാവാത്ത ആവശ്യം നിലനില്ക്കുന്നു എന്ന വസ്തുതയും വാചാലമായി പിന്താങ്ങുന്നത് ഇന്ത്യൻ യൂണിയൻ സ്വഭാവത്തിൽ ഒരു ബഹുഭാഷാ-ബഹുദേശീയ സ്റ്റേറ്റാണെന്ന കാഴ്ചപ്പാടിനെയാണ്.

ഇന്ത്യ ഒരു ബഹുഭാഷാ-ബഹുദേശീയ സ്റ്റേറ്റാണെന്ന കാര്യം അംഗീകരിച്ചുകൊണ്ടല്ലാതെ അതിന്റെ ഐക്യവും ഉദ്ഗ്രഥനവും പരിരക്ഷിക്കുവാനും ശക്തിപ്പെടുത്താനും കഴിയില്ലെന്നും അനൈക്യത്തിന്റെയും ശിഥിലീകരണത്തിന്റെയും ശക്തികൾക്കെതിരായി ഫലപ്രദമായി പ്രവർത്തിക്കാനാവില്ലെന്നും കുറിപ്പ് വ്യക്തമാക്കി.

ദേശീയ സ്വയം നിർണ്ണയാവകാശം വേണമെന്നും പഴയ ബ്രിട്ടീഷ് സാമ്രാജ്യത്തിൽനിന്ന് ഇന്ത്യ വിട്ടുനില്ക്കണമെന്നും വേറിട്ട ഒരു സ്വതന്ത്ര ഇന്ത്യൻ സ്റ്റേറ്റ് രൂപീകരിക്കണമെന്നുമുള്ള ആവശ്യവും ഇന്ത്യയിൽ ഭാഷാസംസ്ഥാനങ്ങൾ രൂപീകരിക്കണമെന്ന മറ്റാവശ്യങ്ങളും വർഗ്ഗാടിസ്ഥാനത്തിൽ പറഞ്ഞാൽ, ദേശീയ സ്വാതന്ത്ര്യത്തിനുവേണ്ടി സാമ്രാജ്യത്വത്തിനെതിരെ ലക്ഷ്യംവെച്ചുകൊണ്ടുള്ള ഇന്ത്യൻ ബൂർഷ്വാജനാധിപത്യത്തിന്റെ ഒരു പ്രകടനമാണ് എന്ന് കുറിപ്പിൽ വ്യക്തമാക്കി.

എന്നാൽ 1947 ൽ ഇന്ത്യദേശീയ പ്രശ്നത്തിന് ഗണ്യമായ തോതിലുള്ള മാറ്റം സംഭവിച്ചു. ദേശീയ സ്വയം നിർണ്ണയാവകാശവും രാഷ്ട്രീയ

സ്വാതന്ത്ര്യം വേണമെന്ന ആവശ്യവും ബ്രിട്ടീഷ് സാമ്രാജ്യത്തിൽനിന്ന് നേടിയെടുത്തു കഴിഞ്ഞു. അതോടെ ദേശീയപ്രശ്നത്തിന്റെ സ്വഭാവ ത്തിൽ മാറ്റംവന്നു എന്ന് കുറിപ്പിൽ വ്യക്തമാക്കി. അതിനുശേഷം ഇപ്ര കാരം പ്രസ്താവിച്ചു "രാഷ്ട്രീയജനാധിപത്യം വേണമെന്ന ആവശ്യ ത്തിന്റെ പട്ടികയിൽ മേലിൽ ദേശീയ പ്രശ്നം ഒരു ഇനമാവുകയില്ല. പകരം സാമ്രാജ്യത്വ രാഷ്ട്രങ്ങളുടെ മേലിലുള്ള സാമ്പത്തിക ആശ്രിത ത്വത്തിനും തങ്ങൾ നടത്തുന്ന സാമ്പത്തിക ചൂഷണം ശാശ്വതീകരിക്കാ നുള്ള അവരുടെ ശ്രമങ്ങൾക്കും എതിരായുള്ള സമരത്തിന്റെ വ്യക്തമായ സ്വഭാവം അത് കൈക്കൊള്ളുന്നു." അതിന് ശേഷം ഇങ്ങനെ തുടർന്നു. അതുപോലെ വിവിധ ഭാഷക്കാരുടെയും ദേശീയ ജനതകളുടെയും ധാര കളും അവരുടെ സാമ്പത്തികോന്നമനത്തിനുള്ള സമരവും ഇന്ത്യൻ യൂണിയനിലെ ഏതെങ്കിലും മർദ്ദകരാഷ്ട്രത്തിനെതിരായുള്ള സമരമല്ല, പിന്നെയോ, സാമ്പത്തികാശ്രിതത്വവും പിന്നോക്കനിലയും ഇല്ലായ്മ ചെയ്യാൻ രാജ്യത്തുള്ള എല്ലാ ദേശീയജനവിഭാഗങ്ങളും ചേർന്നു നട ത്തുന്ന സമരത്തിന്റെ ഭാഗമാണ്. ഇന്ത്യൻ യൂണിയനെ സംരക്ഷിച്ചു നിർത്തുകയെന്നത് ഈ പൊതുസമരത്തിന് സഹായകമാണ്." അതാ യത് സാമ്രാജ്യത്വ വിരുദ്ധപ്പോരാട്ടത്തിൽ വിഘടനവാദത്തെയും ഭിന്നി പ്പിക്കൽ തന്ത്രങ്ങളെയും നേരിട്ടുകൊണ്ട് ഇന്ത്യ യോജിച്ചുനില്ക്കേണ്ടത് ആവശ്യമാണ് എന്ന് കണ്ടുകൊണ്ടാണ് ദേശീയ പ്രശ്നത്തിൽ സി പി ഐ (എം) നിലപാട് സ്വീകരിച്ചത്.

ഈ നിലപാടുകളുടെ കാലോചിത രൂപമാണ് 2000 ൽ കാലോചിത മാക്കപ്പെട്ട പരിപാടിയിൽ താഴെ പറയും പ്രകാരം പ്രസ്താവിച്ചിരുന്നത്.

> ഘടകസംസ്ഥാനങ്ങൾ തമ്മിൽ തമ്മിലും, വിവിധ സംസ്ഥാനങ്ങ ളിലെ ജനങ്ങൾ തമ്മിൽ തമ്മിലും സാമ്പത്തിക-രാഷ്ട്രീയ-സാം സ്കാരിക മേഖലകളിലുള്ള, പരസ്പര സഹകരണം വളർത്തി യെടുത്തും വർദ്ധിപ്പിച്ചും ഇന്ത്യയുടെ ഐക്യം ദൃഢതരമാക്കാ നുള്ള നടപടികൾ ജനകീയ ജനാധിപത്യ ഗവൺമെന്റ് കൈക്കൊ ള്ളുന്നതാണ്. ദേശീയതകളുടെയും ഭാഷകളുടെയും സംസ്കാര ങ്ങളുടെയും നാനാത്വം മാനിക്കപ്പെടുന്നതാണ്; നാനാത്വത്തിലെ ഏകത്വം ശക്തിപ്പെടുത്താനുള്ള നയങ്ങൾ അംഗീകരിക്കുന്നതുമാ ണ്. സാമ്പത്തികമായി പിന്നോക്കം നില്ക്കുന്ന, ദുർബ്ബലങ്ങളായ സംസ്ഥാനങ്ങൾക്കും മേഖലകൾക്കും പ്രദേശങ്ങൾക്കും അവ യുടെ പിന്നോക്കാവസ്ഥ ദ്രുതഗതിയിൽ തരണം ചെയ്യാൻ സഹാ യിക്കുക എന്ന ലക്ഷ്യത്തോടെ, പ്രത്യേക ശ്രദ്ധയും സാമ്പത്തി കവും മറ്റുമായ പ്രത്യേക സഹായങ്ങളും നല്കുന്നതായിരിക്കും.

ദേശീയത സംബന്ധിച്ച് 9 ാം കോൺഗ്രസ് അംഗീകരിച്ച കുറിപ്പിന്റെ അന്തഃസ്സത്ത ഇന്ത്യയിലെ വിവിധ ഭാഷാ ദേശീയതകളെ ഐക്യപ്പെടുത്തിക്കൊണ്ട് സാമ്രാജ്യത്വത്തിനെതിരായ പോരാട്ടത്തെ ശക്തിപ്പെടുത്തുക എന്നതാണ്. എന്നാൽ, പുത്തൻ സാമ്പത്തിക നയമെന്ന പേരിൽ നവലിബറൽ നയങ്ങൾ നടപ്പിലാക്കാനാരംഭിച്ചതോടെ ഇന്ത്യയിലെ ഭരണകക്ഷിക്ക് പരിമിതമായിപ്പോലും സാമ്രാജ്യത്വവിരുദ്ധത നിലനിർത്താനാവില്ല എന്ന സ്ഥിതിയുണ്ടായി. സാമ്രാജ്യത്വവിരുദ്ധതയുടെ അടിത്തറയിൽ കെട്ടിപ്പടുത്ത ഇന്ത്യൻ ദേശീയത ദുർബ്ബലപ്പെടാനും തുടർന്ന് ഹിന്ദു ദേശീയതയെന്ന കപട ദേശീയത വളർത്തിക്കൊണ്ടുവരുന്നതിനും ആണ് അത് ഇടയാക്കിയത്.

കോൺഗ്രസും ഹിന്ദുദേശീയതയും

ഇന്ത്യയിൽ വർഗ്ഗീയതക്കെതിരെ പോരാടാനും മതനിരപേക്ഷത സംരക്ഷിക്കാനും തങ്ങൾക്കു മാത്രമേ കഴിയൂ എന്നാണ് കോൺഗ്രസു കാരുടെ അവകാശവാദം. ഇത് ചരിത്രപരമായിത്തന്നെ അവാസ്തവമായ ഒരു പ്രസ്താവനയാണ്. കോൺഗ്രസിന്റെ രൂപീകരണകാലം മുതൽ തന്നെ ഒരു വിഭാഗം കോൺഗ്രസ് നേതാക്കൾ ഹിന്ദുദേശീയതാവാദത്തിന് അടിമപ്പെട്ടവരായിരുന്നു. ഇന്ത്യ ഹിന്ദുക്കളുടെ രാഷ്ട്രമാണെന്ന് പരസ്യ മായി പറയാൻ പോലും അവർ മടികാണിച്ചിട്ടില്ല.

ലാലാലജ് പത്റായി ആരംഭകാലത്ത് കോൺഗ്രസിന്റെ പ്രമുഖനായ നേതാവായിരുന്നുവല്ലോ? 1899 ൽ ഹിന്ദുസ്ഥാൻ റിവ്യൂവിൽ എഴുതിയ ഒരു ലേഖനത്തിൽ "ഹിന്ദുക്കൾ സ്വയമേവ ഒരു രാഷ്ട്രമാണ്; എന്തുകൊ ണ്ടെന്നാൽ അവർ അവരുടേത് മാത്രമായ ഒരു സംസ്കാരത്തെ പ്രതിനി ധീകരിക്കുന്നു" എന്ന് പരസ്യമായി പ്രഖ്യാപിക്കുന്നതിൽ യാതൊരു തെറ്റും കാണാത്ത നേതാവായിരുന്നു. ആര്യസമാജത്തിന്റെ ഹിന്ദു ശുദ്ധീ കരണപ്രവർത്തനത്തിൽ ആകൃഷ്ടനായി വളർന്നു വന്നയാളായിരുന്നു ലജ്പത്റായി. ലജ്പത്റായിയുടെ ഹിന്ദു ദേശീയതയെക്കുറിച്ചുള്ള ആശ യങ്ങൾ സവർക്കറെപ്പോലും സ്വാധീനിച്ചിട്ടുള്ളതായി കാണാനാവും. 1923 ൽ ഇതേ ലജ്പത്റായി തന്നെയാണ് "ഇതൊരു ഐക്യ ഇന്ത്യയുടെ ഭാഗമല്ല എന്ന് വ്യക്തമായി മനസ്സിലാക്കിയിരിക്കണം. ഇതുകൊണ്ട് ഉദ്ദേ ശിക്കുന്നത് ഇന്ത്യയെ ഹിന്ദു ഇന്ത്യയും മുസ്ലീം ഇന്ത്യയുമായി വ്യക്തമായി വിഭജിക്കുക എന്നതുതന്നെയാണ്" എന്ന് പറഞ്ഞതും. ഇന്ത്യൻ ദേശീയ പ്രസ്ഥാനത്തിൽ ഇന്ത്യയെ രണ്ടുരാഷ്ട്രങ്ങളായി വിഭ ജിക്കണമെന്ന് ആവശ്യപ്പെട്ട പ്രമുഖനായ ആദ്യത്തെ നേതാവ് കോൺഗ്ര സുകാരനായ ലാലാ ലജ് പത്റായി തന്നെയായിരുന്നു. അതിനുശേഷ

മാണ് സവർക്കറും പിന്നീട് ജിന്നയും ഈ ആവശ്യം മുന്നോട്ടുവെച്ചത്.

ലാലാ ലജ്പത്റായി മാത്രമല്ല ലോകമാന്യബാലഗംഗാധരതിലകനും അരവിന്ദഘോഷും ആത്മീയതയിലധിഷ്ഠിതമായ ഒരു ദേശീയതയുടെ കാഴ്ചപ്പാടോടെ തന്നെയാണ് പ്രവർത്തിച്ചിരുന്നത്. സ്വാതന്ത്ര്യസമരപ്രസ്ഥാനത്തിൽ കടൽ വെള്ളത്തിലെ ഉപ്പുപോലെ ലയിച്ചു കിടന്നിരുന്ന ഈ ഹിന്ദുത്വ ചിന്താഗതി ഉപ്പുപരലുകളായി രൂപപ്പെടുന്ന പ്രവണതയാണ് പിന്നീട് ദൃശ്യമാവുന്നത്. ഒരു സാംസ്കാരിക സംഘടനയെന്ന നിലയിൽ പഞ്ചാബിലാണ് ആദ്യമായി ഹിന്ദുസഭ 1907 ൽ രൂപംകൊള്ളുന്നത്. ഇതാണ് പിന്നീട് 1915 ൽ ഹിന്ദുമഹാസഭയായി വളരുന്നത്. കോൺഗ്രസ് നേതാക്കളായിരുന്ന പണ്ഡിറ്റ് മദൻമോഹൻ മാളവ്യയും ലാലാലജ് പത്റായിയുമായിരുന്നു അതിന്റെ നേതാക്കൾ. ഹിന്ദുമഹാസഭ അംഗങ്ങൾക്ക് കോൺഗ്രസിൽ അംഗത്വമെടുക്കുന്നതിന് യാതൊരു തടസ്സവുമുണ്ടായിരുന്നില്ല. 1930ലാണ് ഇത് നിർത്തലാക്കപ്പെട്ടത്.

ഇത് സ്വാതന്ത്ര്യ പൂർവ്വ ഇന്ത്യയിലെ കോൺഗ്രസിന്റെ സ്ഥിതിയായിരുന്നുവെങ്കിൽ സ്വാതന്ത്ര്യാനന്തര ഇന്ത്യയിൽ മൃദുഹിന്ദുത്വ സമീപനം കോൺഗ്രസിന്റെ പൊതു സമീപനമായിരുന്നു. ജവഹർലാൽ നെഹ്റു മാത്രമാണ് ഇതിന് അപവാദമായിരുന്നത്. അദ്ദേഹം പോലും ജാതി- മത ശക്തികളുടെ സഹായത്തോടെ കേരളത്തിലെ ആദ്യത്തെ കമ്യൂണിസ്റ്റ് മന്ത്രിസഭയ്ക്കുനേരെ 'വിമോചന' സമരം സംഘടിപ്പിക്കാൻ കോൺഗ്രസിനെ അനുവദിക്കുകയും അവർക്ക് വഴങ്ങിക്കൊണ്ട് തിരഞ്ഞെടുക്കപ്പെട്ട ഗവൺമെന്റിനെ പിരിച്ചുവിടുകയും ചെയ്തു. ഹിന്ദുമഹാമണ്ഡലം നേതാവായിരുന്ന ആർ ശങ്കർ കെ പി സി സി പ്രസിഡന്റാവുന്നത് നെഹ്റുവിന്റെ കാലത്താണ്.

1948 ലെ ഗാന്ധിവധത്തെത്തുടർന്ന് ആർ എസ് എസ് നിരോധിക്കപ്പെട്ടിരുന്നു. നിരോധനം നീക്കിയതിനെത്തുടർന്ന് ഗോൾവാൾക്കർ പട്ടേലിന് എഴുതിയ കത്തിൽ കമ്യൂണിസ്റ്റ് ഭീഷണിക്കെതിരെ യോജിച്ചു നില്ക്കേണ്ടതിന്റെ ആവശ്യകതയെക്കുറിച്ച് സൂചിപ്പിച്ചിരുന്നു. ഇതേത്തുടർന്നാണ് ആർ എസ് എസുകാരെ കോൺഗ്രസിൽ അംഗമാക്കാമെന്ന നിർദ്ദേശം സർദ്ദാർ പട്ടേൽ മുന്നോട്ടുവെക്കുന്നത്.

ആദ്യമായി ഇന്ത്യൻ രാഷ്ട്രപതിയായി തിരഞ്ഞെടുക്കപ്പെട്ട ഡോ. രാജേന്ദ്രപ്രസാദും ഹിന്ദുത്വ അനുകൂലിയായിരുന്നു. പൊതുപ്രവർത്തകർ ആരാധനാലയങ്ങളിലെ വിശ്വാസപരമായ ചടങ്ങുകളിൽ പരസ്യമായി പങ്കെടുക്കരുതെന്ന നെഹ്റുവിന്റെ ഉപദേശത്തെ പരസ്യമായിത്തന്നെ ലംഘിക്കാൻ ധൈര്യം കാണിച്ചയാളായിരുന്നു രാജേന്ദ്രപ്രസാദ്. ഇതേ നെഹ്റു പ്രധാനമന്ത്രിയായിരുക്കുമ്പോൾ തന്നെയാണ് ഇന്ത്യ-ചൈന യുദ്ധം നടക്കുന്നത്. ചൈനയോട് നെഹ്റു മൃദു സമീപനമാണെടുക്കുന്നതെന്ന ആക്ഷേപം ആർ എസ് എസ് ഉന്നയിച്ചു. അതിനെ മറികടക്കാൻ സ്വാതന്ത്ര്യദിനപരേഡിൽ ഗണവേഷത്തിൽ പങ്കെടുക്കാൻ ആർ എസ് എസുകാരെ അനുവദിക്കുകവഴി ഗാന്ധിവധത്തിലൂടെ അവർക്ക്

നഷ്ടപ്പെട്ട രാഷ്ട്രീയ അന്തസ്സ് വീണ്ടെടുക്കാൻ സഹായിച്ചത് നെഹ്റുവായിരുന്നു.

പിന്നീടു വന്ന ശാസ്ത്രിയാവട്ടെ ഇന്ത്യ-പാക് യുദ്ധകാലത്തും ഇതേ നടപടി തുടർന്നു. ഗോൾവാൾക്കറുടെ പാദങ്ങളിൽ വീണു നമസ്കരിക്കാൻ മടി കാണിക്കാത്തയാളായിരുന്നു ലാൽബഹദൂർശാസ്ത്രി. അതുകൊണ്ടാണ് ഇന്ത്യയിലെ ആദ്യത്തെ ഹിന്ദുപ്രധാനമന്ത്രിയാണ് ശാസ്ത്രി എന്ന് ആർ എസ് എസ് വാഴ്ത്തിപ്പാടിയത്.

അടിയന്തരാവസ്ഥയെ ഉറച്ചുനിന്നെതിർത്തുവെന്ന് അവകാശപ്പെടുന്ന ആർ എസ് എസ് ഇന്ദിരാഗാന്ധിയുടെ തിരഞ്ഞെടുപ്പ് സാധുവാണെന്ന് സുപ്രീംകോടതി വിധിച്ചപ്പോൾ അതിനെ അഭിനന്ദിച്ചുകൊണ്ട് കത്തെഴുതാൻ തയ്യാറായി. ഭരണഘടന തന്നിഷ്ടം പോലെ ഭേദഗതി ചെയ്തുകൊണ്ടാണ് ശ്രീമതി ഗാന്ധി ഈ വിധി നേടിയെടുത്തതെന്ന് ആർ എസ് എസ് നേതൃത്വത്തിന് അറിയാത്ത കാര്യമായിരുന്നില്ല. 1984 ൽ ശ്രീമതി ഗാന്ധി കൊല്ലപ്പെട്ടപ്പോൾ അതിനെ ഹിന്ദുത്വത്തിനുള്ള രക്തസാക്ഷിത്വം എന്നാണ് ആർ എസ് എസ് വിശേഷിപ്പിച്ചത്.

രാജീവ്ഗാന്ധിയും മൃദുഹിന്ദുത്വത്തിന്റെ ആളായിരുന്നു അയോദ്ധ്യയിലെ ബാബറിമസ്ജിദിൽ ഉണ്ടായിരുന്ന തർക്കമന്ദിരം ഹിന്ദുക്കൾക്ക് ആരാധനയ്ക്കായി തുറന്നുകൊടുത്തത് രാജീവ്ഗാന്ധി പ്രധാനമന്ത്രിയായിരുന്നപ്പോഴാണ്. ഷാബാന കേസിൽ നടത്തിയ മുസ്ലീം പ്രീണനത്തിന് ബദലായിരുന്നു ഈ നീക്കം. ബാബറിമസ്ജിദ് സംഘപരിവാരശക്തികൾ പൊളിച്ചടുക്കിയപ്പോൾ കൈയും കെട്ടിനോക്കിനിന്ന പ്രധാനമന്ത്രിയായ നരസിംഹറാവുവും കോൺഗ്രസുകാരൻ തന്നെയായിരുന്നു.

തുടർന്നിങ്ങോട്ടുള്ള കാലയളവിൽ എൻ ഡി എ ഭരണത്തിലിരുന്നപ്പോൾ കോൺഗ്രസും കോൺഗ്രസ് ഭരണത്തിലിരിക്കുമ്പോൾ ബി ജെ പിയും നവലിബറൽ നയങ്ങൾ നടപ്പിലാക്കുന്നതിനായി പരസ്പരം പിന്തുണച്ചിരുന്നതായി കാണാനാവും. ഒരേ വർഗ്ഗനയങ്ങളാണ് കോൺഗ്രസും ബി ജെ പിയും പിന്തുടരുന്നത് എന്നതാണിതിന് കാരണം.

നവലിബറലിസവും ഹിന്ദുദേശീയതയും

സി പി ഐ (എം) ഇരുപതാം പാർട്ടി കോൺഗ്രസ് അംഗീകരിച്ച പ്രത്യയശാസ്ത്ര പ്രമേയത്തിൽ എന്താണ് നവലിബറലിസം എന്ന് വിലയിരുത്തുന്നുണ്ട്.

> അന്താരാഷ്ട്ര ധനമൂലധനത്തിന്റെ കല്പനകൾ അനുസരിച്ച് ലാഭം പരമാവധിയാക്കുന്നതിനുവേണ്ടി ലോകത്തെ പുനഃക്രമീകരിക്കുന്നതിനെയാണ് നവലിബറലിസം എന്ന് വിശേഷിപ്പിക്കുന്നത്. ചരക്കുകൾക്കും മൂലധനത്തിനും അതിർത്തികൾ മുറിച്ചുകടക്കുന്നതിനുള്ള നിയന്ത്രണങ്ങൾ നീക്കം ചെയ്യുന്നതിലൂടെയാണ് ഒന്നാമതായി അത് പ്രവർത്തിക്കുന്നത്. ആഭ്യന്തര അപവ്യവസായവല്ക്കരണം ഉളവാക്കിക്കൊണ്ട് വിശ്യഷ്യാ വികസ്വരരാജ്യങ്ങളിൽ, വ്യാപാര ഉദാരവല്ക്കരണം തദ്ദേശീയ ഉല്പാദകരെ പുറന്തള്ളുന്നു. ഉല്പാദനത്തെയും വാണിജ്യ ഇടപാടുകളെയും രാജ്യത്തിന് പുറത്ത് കുടിയിരുത്തുന്നതുമൂലം വികസിതരാജ്യങ്ങളിലും ഇത് സംഭവിക്കുന്നു. ഇങ്ങനെതന്നെ, മൂലധനപ്രവാഹങ്ങളുടെ ഉദാരവല്ക്കരണം ബഹുരാഷ്ട്ര കോർപ്പറേഷനുകൾക്ക് ആഭ്യന്തര ഉല്പാദന ആസ്തികൾ (നമ്മുടെ പൊതുമേഖലയെപ്പോലെ) സ്വായത്തമാക്കാൻ അവസരം നല്കുന്നു; ഇത് മൂലധന സഞ്ചയത്തെ വളരെയേറെ വിപുലമാക്കുന്നു.

ഈ നവലിബറൽ നയങ്ങളാണ് 1991 ൽ പുത്തൻ സാമ്പത്തിക നയമെന്ന പേരിൽ ഇന്ത്യയിൽ കോൺഗ്രസ് ഭരണം നടപ്പിലാക്കുവാൻ ആരംഭിച്ചത്. അതേനയമാണ് ബി ജെ പി ഗവൺമെന്റ് കൂടുതൽ തീവ്രകരമായി ഇന്ന് ഇന്ത്യയിൽ നടപ്പിലാക്കിക്കൊണ്ടിരിക്കുന്നത്. അതായത്

അന്താരാഷ്ട്ര ധനമൂലധനത്തിന്റെ കല്പനകൾക്ക് അനുസരിച്ച് അവർക്ക് ഇന്ത്യൻ സമ്പദ്‌വ്യവസ്ഥയെ കൂടുതൽ തുറന്നിട്ടുകൊടുക്കുകയാണ് മുമ്പ് കോൺഗ്രസും ഇപ്പോൾ ബി ജെ പിയും ചെയ്തുകൊണ്ടിരിക്കുന്നത്.

അന്താരാഷ്ട്ര ധനമൂലധനമെന്നത് സാമ്രാജ്യത്വത്തിന്റെ സാമ്പത്തികമായ ഉള്ളടക്കമാണ്. "അന്താരാഷ്ട്ര ധനമൂലധനത്തിന്റെ തടസ്സമോ വെല്ലുവിളിയോ കൂടാതെയുള്ള പ്രവർത്തനം ഉറപ്പുവരുത്തുന്ന ക്രമീകരണങ്ങളൊക്കെ ഉൾപ്പെടുന്നതാണ് സമകാലിക പശ്ചാത്തലത്തിൽ സാമ്രാജ്യത്വം" എന്ന് പ്രഭാത് പട്നായിക് നിരീക്ഷിക്കുന്നുണ്ട്. ഇന്ത്യൻ ദേശീയത വളരുന്നത് സാമ്രാജ്യത്വ വിരുദ്ധ പോരാട്ടത്തിലൂടെയാണ്. എന്നാൽ ഇന്ത്യൻ ഭരണവർഗ്ഗം സ്വാതന്ത്ര്യാനന്തരം ഈ സാമ്രാജ്യത്വ വിരുദ്ധപ്പോരാട്ടത്തിന് അവധികൊടുക്കുകയും അവരുടെ ജൂനിയർ പങ്കാളിയായി മാറുകയുമാണ് നവലിബറൽ നയങ്ങൾ നടപ്പിലാക്കിയതിലൂടെ സംഭവിച്ചത്. സ്വാഭാവികമായും ഇന്ത്യയിലെ സാമ്രാജ്യത്വവിരുദ്ധ ദേശീയതാ ബോധം ദുർബ്ബലപ്പെടുന്നതിന് ഇത് ഇടയാക്കി. ദേശീയത മുതലാളിത്ത വളർച്ചയ്ക്ക് അനുബന്ധമായാണ് വളർന്നുവന്നതെങ്കിലും ഇന്നത്തെ മുതലാളിത്ത രൂപമായ നവലിബറലിസത്തിന് ദേശീയതയോട് വൈരുദ്ധ്യാത്മക ബന്ധമാണുള്ളത്. കാരണം, ആഗോളധനമൂലധനത്തിന്റെ നയങ്ങളാണിന്ന് നവലിബറൽ നയങ്ങളിലൂടെ നടപ്പിലാക്കപ്പെടുന്നത്. നവലിബറലിസത്തിനാവശ്യം ഒരു ആഗോളഭരണവ്യവസ്ഥയാണ്. ദേശീയത അതിനെതിരാണ് എന്നതിനാൽ അങ്ങനെയൊരു ഭരണകൂടവ്യവസ്ഥ രൂപപ്പെടുത്തുന്നതിന് ആഗോള ധനമൂലധന ശക്തികൾക്ക് കഴിയുന്നില്ല. എന്നാൽ സാമ്രാജ്യത്വവിരുദ്ധ ശക്തികൾക്ക് എതിരായി ഇന്നുതന്നെ ലോക പൊലീസായി അമേരിക്ക പ്രവർത്തിക്കുന്നുമുണ്ട്. എന്നാൽ എല്ലാ രാജ്യങ്ങളിലെയും ദേശീയ ഭരണകൂടങ്ങളെ വിഴുങ്ങാനുള്ള ശക്തി ഇന്ന് ആഗോള ധനമൂലധനശക്തികൾക്ക് ആർജ്ജിക്കാനായിട്ടില്ല. അതുകൊണ്ടുതന്നെ സ്വാതന്ത്ര്യ സമ്പദ്‌വ്യവസ്ഥ സ്ഥാപിക്കുന്നതിന് സഹായകമായി നില്ക്കുന്ന ദേശീയതകളെ പിന്തുണയ്ക്കുകയും അല്ലാത്തതിനെ എതിർക്കുകയോ ദുർബ്ബലപ്പെടുത്തുകയോ ചെയ്യുക എന്നതാണ് ദേശീയതയോട് നവലിബറൽ ശക്തികൾ ഇന്ന് എടുക്കുന്ന സമീപനം. അതുകൊണ്ടുതന്നെ ഇന്ത്യയിൽ സ്വാതന്ത്ര്യസമരത്തിന്റെ ഭാഗമായി രൂപപ്പെട്ട സാമ്രാജ്യത്വവിരുദ്ധ ദേശീയതയെ തകർക്കുകയും അതിന്റെ സ്ഥാനത്ത് ഉപദ്രവകാരിയല്ലാത്ത മറ്റൊന്നിനെ സ്ഥാപിക്കുകയും ചെയ്യുക എന്നത് സാമ്രാജ്യത്വത്തിന്റെ തന്നെ താല്പര്യമാണ്.

ഈ പശ്ചാത്തലത്തിൽ നിന്നുകൊണ്ടുവേണം ഹിന്ദുദേശീയതയാണ് ഇന്ത്യൻ ദേശീയത എന്ന് സ്ഥാപിക്കുവാനുള്ള ബി ജെ പി ശ്രമത്തിന്റെ വർഗ്ഗതാല്പര്യം വിലയിരുത്താൻ. ഹിന്ദുദേശീയതയെക്കുറിച്ച് പറഞ്ഞ വി ഡി സവർക്കറും അതിനെ സ്വന്തം സംഘാടനാപ്രമാണമായി സ്വീകരിച്ച ആർ എസ് എസും ഒരിക്കലും സാമ്രാജ്യത്വവിരുദ്ധ ഉള്ളടക്കം അതിന് നല്കുന്നതിന് ശ്രമിച്ചിട്ടില്ല. മുസ്ലീമിനെയും ക്രിസ്ത്യാനിയെയും കമ്യൂ

ണിസ്റ്റുകാരെയും മുഖ്യശത്രുക്കളായി പ്രഖ്യാപിച്ചുകൊണ്ട് സാമ്രാജ്യത്വ ശക്തികളുമായി കൈകോർക്കുകയാണവർ ചെയ്തത്. അതുകൊണ്ടു തന്നെ സാമ്രാജ്യത്വ ശക്തികൾക്ക് പഥ്യം ഇന്ത്യൻ ദേശീയതയല്ല മറിച്ച് ഹിന്ദുദേശീയതയാണ്.

സങ്കുചിത ഹിന്ദുദേശീയതാവാദം ഉന്നയിക്കുകയും തങ്ങൾ മാത്രമാണ് ശരിയായ ദേശീയവാദികൾ എന്ന് വരുത്തിത്തീർക്കുന്നതിനുവേണ്ടി പ്രചാരണകോലാഹലം നടത്തിക്കൊണ്ടിരിക്കുകയും ചെയ്യുന്ന ബി ജെ പി അധികാരത്തിൽ വന്നിട്ടുള്ളപ്പോഴൊക്കെത്തന്നെ നിലനിന്നിട്ടുള്ളത് നവലിബറൽ ശക്തികളുടെ സാമ്പത്തിക താല്പര്യസംരക്ഷണത്തിന് വേണ്ടി മാത്രമാണ്. ഇപ്പോഴും അവർ നിലകൊള്ളുന്നത് അതിന് വേണ്ടിത്തന്നെ. ഇന്ത്യയിൽ നിക്ഷേപിക്കണമെന്നും ഇന്ത്യയിൽ ബിസിനസ് നടത്തുന്നതിന് തന്റെ ഗവൺമെന്റ് എല്ലാ സൗകര്യവും ചെയ്തുകൊടുക്കുമെന്നും വിദേശ രാജ്യങ്ങളിലെ നിക്ഷേപകരെ ബോദ്ധ്യപ്പെടുത്തുന്നതിനായാണ് മോദി തന്റെ നിരന്തരമായ വിദേശയാത്രകളിലൂടെ ശ്രമിക്കുന്നത്. അവരെ പ്രീണിപ്പിക്കുന്നതിനായാണ് 15 മേഖലകളിൽ വിദേശ പ്രത്യക്ഷനിക്ഷേപം ഉദാരവല്ക്കരിച്ചത്. പ്രതിരോധവും റെയിൽവേയും മറ്റും അവയുടെ തന്ത്രപരമായ പ്രാധാന്യം പോലും കണക്കിലെടുക്കാതെയാണ് വിദേശ മൂലധനത്തിനായി തുറന്നിട്ടുകൊടുക്കുന്നത്. മറുഭാഗത്താവട്ടെ അയവേറിയ തൊഴിൽ നിയമങ്ങൾ നടപ്പിലാക്കുന്നതിലൂടെ തൊഴിലാളികളെ ചൂഷണം ചെയ്യുന്നത് കൂടുതൽ രൂക്ഷതരമാക്കാനുള്ള അവസരവും ഉണ്ടാക്കിക്കൊടുത്തു. രാജസ്ഥാൻ നടപ്പിലാക്കിയ ഇത്തരം നിയമങ്ങൾ രാജ്യമെമ്പാടും നടപ്പിലാക്കണമെന്നാണ് ബി ജെ പി പറയുന്നത്. ബി ജെ പി ഗവൺമെന്റിന്റെ ബജറ്റുകളുടെയും സന്ദേശം ഇതുതന്നെയാണ്. ഇത് ദേശവിരുദ്ധവും ദേശീയതയ്ക്ക് എതിരുമാണ്. ഇത് മറച്ചുവെക്കുന്നതിനാണ് ഹിന്ദുദേശീയത എന്ന കപട മുദ്രാവാക്യം ഉയർത്തി ജനങ്ങളെ വർഗ്ഗീയമായി ചേരിതിരിക്കുന്നതിന് ബി ജെ പി ശ്രമിക്കുന്നത്.

9 789386 364524

Printed by Libri Plureos GmbH in Hamburg,
Germany